മറുവാക്കുകൾക്കൊരിടം:
കല . കാലം . ദേശം

INSIGHT PUBLICA®

Nadakkavu, Kozhikode, Kerala, 673011
www.insightpublica.com
e-mail: insightpublica@gmail.com
Maruvaakkukalkkoridam
Author: **M.P. Balaram**
(Malayalam)
First Edition: October 2023

Printed and Published by
InsightinPublica Printers & Publishers Pvt. Ltd.
ISBN 978-93-5517-661-5
₹230

മറുവാക്കുകൾക്കൊരിടം:
കല . കാലം . ദേശം

എം.പി. ബാലറാം

INSIGHT PUBLICA

ജനനം: 1950 ജൂലായ് 12-ന് തലശ്ശേരി നിട്ടൂരിൽ. അച്ഛൻ: കെ.കെ. ദാമോദരൻ നമ്പ്യാർ, അമ്മ: എം.പി.രോഹിണി. തലശ്ശേരി ഗവ. ബ്രണ്ണൻ കോളേജിലും കോഴിക്കോട് സർവ്വകലാശാലയിലും വിദ്യാഭ്യാസം. മട്ടന്നൂർ പഴശ്ശിരാജ എൻ. എസ്.എസ്. കോളേജിൽ മലയാള വിഭാഗം അദ്ധ്യാപകനായി വിരമിച്ചു. ഭാര്യ: ശശികല മക്കൾ: ബിപിൻ, നീത, നിതിൻ

കൃതികൾ: വാക്കുകൾ തന്നെയാണ് പ്രശ്നം(2000), ശബ്ദങ്ങൾ പ്രതിശബ്ദങ്ങൾ(2009), ധീരതയുടെ രക്തമുദ്ര(2010), വർഗ്ഗഭാവുകത്വം(2013), കുഞ്ഞപ്പ പട്ടാന്നൂർ: കനലുകൾ, കുരുതികൾ, രക്തസാഹോദര്യങ്ങൾ(2015), ഇന്ദുലേഖ: വർത്തമാനപാഠങ്ങൾ(2015), സ്വത്വം സംസ്കാരം സങ്കൽപ്പനം: വിമർശനപാഠങ്ങൾ(2016), നരഭോജികൾ വീട്ടുമുറ്റത്ത്(2017), വാക്കുകൾ നിശ്ശബ്ദതകൾ(2018), വി.വി.കെ. കവിതകൾ: മുഖക്കുറിപ്പുകൾ(202), നിശ്ശബ്ദനിലവിളികൾ: വൈറസ് കാല വിചാരങ്ങൾ(2021), അടിമമനസ്സുകൾക്കിടം ആത്മനാശം(2022), Muffled Screams: Contemplating the Politics of Covid(2023)

എഡിറ്റർ: ചില നേരങ്ങളിൽ ആരും ഒറ്റക്കല്ല, കുഞ്ഞപ്പ പട്ടാന്നൂർ(2006), എന്റെ വിശപ്പിന്റെ വിശപ്പ് എം.പി.രാധാകൃഷ്ണൻ(2017), വി.വി.കെ. കവിതകൾ(2019), സുകുമാർ അണ്ടലൂർ കൃതികൾ- 3 ഭാഗങ്ങൾ(2022)

വിലാസം:

നവനീതം, ചാലവെസ്റ്റ, തോട്ടട പി.ഒ., കണ്ണൂർ-7

e-mail: balarammp@gmail.com

blog: balarammp.blogspot.in

phone: 0944 6031273

എം.പി. ബാലറാം

സമർപ്പണം:

മറുവാക്കുകൾക്ക് എന്നും ഇടമൊരുക്കുന്ന

മറുവാക്ക് മാസികക്ക്

ഉള്ളടക്കം

ആമുഖം:

വാക്കുകൾ മുതൽ മറുവാക്കുകൾ വരെ എത്ര ദൂരം?..........................9

അവതാരിക:

ഭാവിയിലേയ്ക്ക് നീളുന്ന ധാർമ്മികതയുടെ ദീപ്തിനാളം-

ദേവേശൻ പേരൂർ 11

'മറുവാക്കുകൾക്കൊരിടം: കല കാലം ദേശം'..................................18

നിരൂപണം: വിറ്റഴിക്കൽ വിൽപ്പനയുടെ കലയും ദർശനവും........ 22

സാഹിത്യം സംസ്കാരം സമൂഹം 28

മലയാള നോവലിലെ 'അമേധ്യവർഷങ്ങൾ' 34

ധീരതയുടെ ആത്മഗാഥ...46

'മണിപ്പൂർ മൊസൈക്ക്': ജോഷി ജോസഫിന്റെ

ചലച്ചിത്രാന്വേഷണങ്ങൾ...51

എം.പി.രാധാകൃഷ്ണന്റെ എഴുത്ത് ജീവിതം.....................................58

ഓഷ്വിറ്റ്സിലേക്ക് ഇനി എത്ര ദൂരം? 63

'തലശ്ശേരി രേഖകൾ'...68

'ഇറ്റാർസിയിലെ സൂര്യൻ': എൻ.പ്രഭാകരന്റെ

കഥയിലെ നൈതികതയും സർഗ്ഗാത്മകതയും 75

'അംബേദ്കർ ഓർമ്മ' 80

'ആൾക്കൂട്ടസാഹിത്യം' 86

'മൃതി'യിൽ നിന്ന് 'സ്മൃതി'യിലേക്ക്...93

ആമുഖം

വാക്കുകൾ മുതൽ മറുവാക്കുകൾ വരെ എത്ര ദൂരം?

വാക്കുകളിൽ നിന്ന് മറുവാക്കുകളിലേക്കുള്ള അന്വേഷണത്തിനിടയിലാണ് കോഴിക്കോട് നിന്ന് പ്രസിദ്ധീകരിക്കുന്ന മറുവാക്ക് മാസിക ശ്രദ്ധയിൽ പെട്ടത്. കോവിഡിന് അൽപ്പം മുമ്പാണത്. വൈറസ് കാല വിചാരങ്ങൾ മിക്കതും വെളിച്ചം കണ്ടത് മറുവാക്കിലാണ്. മലയാളത്തിലെ ഒരു അച്ചടി മാധ്യമവും ആ സന്ദർഭത്തിൽ പ്രസിദ്ധീകരിക്കാൻ ധൈര്യപ്പെടാത്ത രചനകൾ പലതും മറുവാക്കിലാണ് വെളിച്ചം കണ്ടത്. കോവിഡ് അന്തരീക്ഷത്തിൽ ഭീതിയായി തുടർന്നുകൊണ്ടിരുന്നപ്പോഴാണ് ഈ രചനകളെല്ലാം 'നിശ്ശബ്ദനിലവിളികൾ: വൈറസ് കാല വിചാരങ്ങൾ' എന്ന പേരിൽ സമാഹരിച്ച് മറുവാക്ക് പബ്ലിക്കേഷൻസ് പ്രസിദ്ധീകരിച്ചത്(2021). ഇതേ പുസ്തകം ഡോ. അലക്സ് പൈക്കട ഇംഗ്ലീഷിൽ പരിഭാഷപ്പെടുത്തി 'Muffled Screams Contemplating the Politics of Covid' എന്ന പേരിൽ അടുത്ത കാലത്ത് പ്രസിദ്ധീകരിച്ചതും മറുവാക്ക് തന്നെയാണ്.

തുടർന്ന് 'കല കാലം ദേശം' എന്ന പേരിലുള്ള കോളത്തിൽ മറുവാക്കിൽ പ്രസിദ്ധീകരിച്ച ലേഖനങ്ങളാണ് 'മറുവാക്കുകൾക്കൊരിടം കല കാലം ദേശം' എന്ന പുസ്തകമായി ഇപ്പോൾ വെളിച്ചം കാണുന്നത്. അനേകം യാദൃച്ഛികതളുടെ കൂടിച്ചേരലുകളാണ് വാക്കുകളിൽ നിന്ന് മറുവാക്കുകളിലേക്കുള്ള വഴി സാദ്ധ്യമാക്കിയത് എന്നതാണ് യാഥാർത്ഥ്യം.

വാക്കുകളിൽ നിന്ന് മറുവാക്കുകളിലേക്ക് എത്ര ദൂരം?

ഈ നൂറ്റാണ്ടിന്റെ ആരംഭത്തിലാണ് അതേവരെ എഴുതിയ എല്ലാ ലേഖനങ്ങളും സമാഹരിച്ച് എന്റെ ആദ്യപുസ്തകം 'വാക്കുകൾ തന്നെയാണ് പ്രശ്നം' പ്രസിദ്ധീകരിക്കപ്പെട്ടത്.(എൻ.ബി.എസ്.കോട്ടയം

2000) അത് ഈ സഹസ്രാബ്ദത്തിന്റെ ആരംഭം കൂടിയായത് കൗതുക കരമായ കാര്യമാണ്.

2018-ൽ അതേവരെ എഴുതിയ എല്ലാ പുസ്തകങ്ങളിലേയും മുഴുവൻ രചനകളും സമാഹരിച്ച് 'വാക്കുകൾ നിശ്ശബ്ദതകൾ' എന്ന പേരിലുള്ള പുസ്തകം കോഴിക്കോട്ടെ ഇൻസൈറ്റ് പബ്ലിക്ക പ്രസിദ്ധീകരിച്ചു. 'മറു വാക്കുകൾക്കൊരിടം: കല കാലം ദേശം' ഇൻസൈറ്റ് പബ്ലിക്ക പ്രസി ദ്ധീകരിക്കുന്ന എന്റെ അഞ്ചാമത്തെ പുസ്തകമാണ്. പുസ്തക പ്രസാധനം ഇടത്തരം പ്രസാധകരെ സംബന്ധിച്ചിടത്തോളം അങ്ങേയറ്റം വിഷമക രമായിത്തീർന്ന കോവിഡ് മഹാവ്യാധിയുടെ കാലത്താണ് അതിനോട് എതിരിട്ടു കൊണ്ട് ഇൻസൈറ്റ് എന്റെ മൂന്നു പുസ്തകങ്ങൾ പുറത്തിറക്കി യതും വായനക്കാരനെ തേടിയതും- എഴുത്തുകാരന്റേതിനോടൊപ്പം സാഹസികമാണ് നിലനിൽപ്പിനായുള്ള നമ്മുടെ കാലഘട്ടത്തിലെ ഇടത്തരം പ്രസാധകന്റേയും പോരാട്ട ഗാഥകൾ!

ഇപ്പോൾ ഇതാ അഞ്ചാമത്തെ പുസ്തകവും ഇൻസൈറ്റിന്റെ ബാനറിൽ ഇപ്പോൾ ഇറങ്ങുകയാണ്. വാക്കിനോടും പ്രവൃത്തിയോടു മുള്ള സത്യസന്ധത അപൂർവ്വമായി മാറുന്ന, വൻകിട കോർപ്പറേറ്റുകൾ വാഴുന്ന മലയാളപുസ്തക പ്രസിദ്ധീകരണ ലോകത്ത് ഇൻസൈറ്റ് സുമേഷ് എന്ന 'ചെറിയ' മനുഷ്യൻ ഒരത്ഭുതം തന്നെയാണ്!

നന്ദി! മറുവാക്ക് മാസികാ പത്രാധിപർ അംബികക്കും 'ഇൻസൈറ്റ്' സുമേഷിനും! മറുവാക്കുകൾക്ക് ഒരിടം അന്വേഷിച്ചെത്തുന്ന എല്ലാ വായ നക്കാർക്കും!

എംപി ബാലറാം

ചാലക്കുന്ന്

അവതാരിക

ഭാവിയിലേയ്ക്ക് നീളുന്ന ധാർമ്മികതയുടെ ദീപ്തിനാളം

ദേവേശൻ പേരൂർ

കലയെയും സാഹിത്യത്തെയും സംബന്ധിച്ച ഉൽകണ്ഠകൾ മാത്രം പങ്കുവെയ്ക്കുന്ന, സൗന്ദര്യാത്മക ജീവിതത്തെക്കുറിച്ചുള്ള പ്രതീക്ഷയറ്റുപോയ ഒരു ജനതതിയായി മലയാളിസമൂഹം അനുദിനം മാറിക്കൊണ്ടിരിക്കുകയാണ്. ആഘോഷങ്ങളുടെ ആരൂഢമായി വർത്തിക്കുന്ന ഒന്നിനു മാത്രമേ ഇവിടെ നിലനിൽക്കാൻ കഴിയുന്നുള്ളൂ എന്ന അവസ്ഥ സംജാതമാകുന്നു. അതുകൊണ്ടു തന്നെ ഗാനമേള, മിമിക്സ് പരേഡ്, സിനിമ തുടങ്ങിയ മൂലധനമോഹങ്ങളുടെയും ദൃശ്യതരമായ ശബളിമയുടെയും നിർവഹണങ്ങളാൽ പെരുക്കം കൂട്ടുന്ന ആവിഷ്കാര രൂപങ്ങൾ മാത്രമാണ് തടിച്ചു കൊഴുക്കുന്നത്. എന്നാൽ അത്തരം പരിലാളനകൾക്കൊന്നും അധികം വഴങ്ങാത്ത എഴുത്തും സാഹിത്യവും ഇപ്പോൾ മൃതപ്രായമായി വർത്തിക്കുന്നു.

സാഹിത്യത്തെ അതിന്റെ മൂല്യപരമായ അസ്തിത്വത്തിൽ നിന്നും അടർത്തി പൊള്ളയായ ആഘോഷങ്ങളാക്കി മാറ്റുന്ന മൂലധന ശ്രമങ്ങളുടെ പരീക്ഷണശാല കൂടിയാണ് ഇന്ന് കേരളം. നിത്യവും സാഹിത്യോത്സവങ്ങൾ നടക്കുന്ന മൂൺമയമായ ഒരു സ്ഥലരാശിയാണിത്. ഒരർത്ഥത്തിൽ ആഘോഷമൂല്യവും വിപണിമൂല്യവും കൈകോർത്തുനിൽക്കുന്ന ഒരു വികൃതരൂപിയാണ് മറ്റെന്തിനെയുമെന്ന പോലെ ഇന്ന് കലയും സാഹിത്യവും. അല്ലാതുള്ള എഴുത്തും ആവിഷ്കാരവും മുഖ്യധാരയ്ക്ക് പുറത്തായി ഭ്രഷ്ട സ്ഥാനങ്ങളിലേയ്ക്ക് അകറ്റി നിർത്തപ്പെടുന്നു.

എം.പി. ബാലറാം എന്ന കേരളത്തിലെ ശ്രദ്ധേയനായ സാംസ്കാരിക സാഹിത്യ അന്വേഷകൻ സമീപകാലത്തിൽ കേരളത്തിൽ സംഭവിച്ചു കൊണ്ടിരിക്കുന്ന സാംസ്കാരിക സാഹിത്യ കലാ രംഗങ്ങളുടെ വിപര്യയങ്ങളെക്കുറിച്ച് മൂല്യവത്തായി ചിന്തിക്കുകയാണ് 'മറുവാക്കുകൾക്കൊരിടം: കല, കാലം, ദേശം' എന്ന ഈ ഗ്രന്ഥത്തിലൂടെ. സാഹിത്യ കലാ സംബന്ധമായ വെറും ഉത്കണ്ഠകളല്ല ഇവിടെ പങ്കുവെയ്ക്കുന്നത്. കാര്യകാരണങ്ങളെ ചൂഴ്ന്നു നിൽക്കുന്ന സൗന്ദര്യാത്മകവും ഭൗതികാസ്പദവുമായ വസ്തുതകളെ ചുഴിഞ്ഞു നോക്കുകയാണ്. ഈ കാലത്ത് മാധ്യമ പരിലാളനകളിൽ നിന്ന് വിട്ടു നിൽക്കാനുള്ള എഴുത്തുകാരന്റെ എളിയ ശ്രമം പോലും ജീവത്തായ ഒരു സാഹിത്യ ബന്ധത്തെ സംസ്ഥാപിക്കാനുള്ള തീവ്ര പരിശ്രമങ്ങളായിട്ടാണ് ഭവിക്കുന്നത്. ആ നിലയിൽ സമരോത്സുകം കൂടിയാണ് എം.പി.ബാലറാമിന്റെ എഴുത്ത്. ധീരതയുള്ള എഴുത്തിന്റെ മുദ്രയായി അത് ചരിത്രത്തിൽ അടയാളപ്പെട്ടു നിൽക്കും.

വാചാടോപങ്ങളാൽ ചമയങ്ങളണിയിച്ചു വച്ച സാംസ്കാരിക പ്രവർത്തനങ്ങൾ കൊണ്ട് യാഥാർത്ഥ്യത്തെ നിർദ്ധാരണം ചെയ്തെടുക്കുക അസാധ്യമാണ്. അതുകൊണ്ടാണ് 'ഇടതുപക്ഷ പൊങ്ങച്ചങ്ങളുടെയും വ്യാജ പുരോഗമനാത്മകതയുടേയും ഭൂമികയെ കടൽ വിഴുങ്ങുന്നു എന്ന തിരിച്ചറിവ് നിരർത്ഥകങ്ങളായ നിഴൽ യുദ്ധങ്ങളിലേയ്ക്കാണ് കേരളത്തിലെ എഴുത്തുകാരിൽ മിക്കവരെയും കൊണ്ടു ചെന്നെത്തിക്കുന്നത്' എന്ന് എം.പി.ബാലറാം ശരിയായി നിരീക്ഷിക്കുന്നത്. ആ അർത്ഥത്തിൽ യഥാർത്ഥ സത്യത്തിലേയ്ക്ക് നയിക്കപ്പെടുന്നതാവണം സാഹിത്യം എന്ന കാഴ്ചപ്പാടാണ് അദ്ദേഹം പുലർത്തുന്നത്.

എന്നാൽ സത്യത്തെ കണ്ടെത്താനുള്ള ഒരുശ്രമവും ഇന്ന് സാംസ്കാരിക പ്രവർത്തകരിലും എഴുത്തുകാരിലുമില്ല. വാക്കിന്റെ ഓളങ്ങൾ സൃഷ്ടിച്ച് പലപ്പോഴും സത്യത്തിന്റെ ദൃഷ്ടിയെ മറയ്ക്കാനാണ് അവരുടെ ശ്രമം. ഒരു സത്യവും കേവലയാഥാർത്ഥ്യമായി നിലനിൽക്കുന്നേയില്ല. വൈരുദ്ധ്യങ്ങളുടെ സങ്കലിതമായ ഒരസ്തിത്വഭാവമാണ് യാഥാർത്ഥ്യം. എതെങ്കിലും ഒന്നായി ഒരു കൃതിയെ ലേബൽ പെടുത്തിയാലേഴേയ്ക്കും ആ കൃതി അതല്ലാതായി മറ്റൊരാളുടെ വായനയിൽ അപ്പോൾ തന്നെ പരിണമിച്ചു കഴിഞ്ഞിരിക്കും.

തത്ത്വചിന്തകരായ ഗില്ലേസ് ഡെല്യൂസും ഫെലിക്സ് ഗ്വാട്ടാരിയും ഈ വിധം വായനയെ സമീപിക്കുന്നുണ്ട്. സർഗ്ഗാത്മകതയ്ക്കും ബഹുസ്വരതയ്ക്കും ഊന്നൽ നൽകിക്കൊണ്ട് വ്യവസ്ഥാപിത മാനദണ്ഡങ്ങളെയും ഘടനകളെയും വെല്ലുവിളിക്കാനുള്ള ഒരു മാർഗമായാണ് അവർ

സാഹിത്യത്തെ അഭിവീക്ഷിച്ചത്. കഥാപാത്രങ്ങളും ആഖ്യാനങ്ങളും സ്ഥിരമായ ഐഡന്റിറ്റികളോട് ചേർന്നുനിൽക്കുന്നതിനുപകരം നിരന്തരമായ പരിവർത്തനത്തിന് വിധേയമാകുന്ന വിധത്തിൽ സാഹിത്യത്തിൽ 'ആവുക' എന്ന ആശയം ഡെലൂസ് എടുത്തുകാണിച്ചു തരുന്നു. പരമ്പരാഗതമായ രേഖീയ ആഖ്യാനങ്ങളിൽ നിന്ന് വ്യത്യസ്തമായി, ശ്രേണികളില്ലാത്ത ആശയങ്ങളുടെ ശൃംഖലയായ 'റൈസോം' എന്ന ആശയത്തെക്കുറിച്ചും അദ്ദേഹം ചർച്ച ചെയ്യുന്നുണ്ട്. സാഹിത്യത്തെക്കുറിച്ചുള്ള ഡെലൂസിന്റെ ആശയങ്ങൾ കേന്ദ്രത്തിൽ മാത്രം കുറ്റിയടിച്ച, അതിൽ തന്നെ കറങ്ങുന്ന ഒന്നായി അല്ല സാഹിത്യത്തെ വിഭാവനം ചെയ്യുന്നത്. അതിരുകൾ ലംഘിക്കുന്ന ചട്ടുലമായ ഒരു വ്യവഹാരമായാണ് വായനയെ അദ്ദേഹം അഭിവീക്ഷണം ചെയ്യുന്നത്.

ഇതിനെ വിശദീകരിക്കുന്നതിനു വേണ്ടിയാണ് ഡീല്യൂസ് 'റൈസോം' എന്നരൂപകത്തെ അവതരിപ്പിക്കുന്നത്. ആശയങ്ങൾ, അറിവ്, ബന്ധങ്ങൾ എന്നിവയുടെ ശ്രേണിപരമല്ലാത്ത, പരസ്പരബന്ധിതമായ ഒരു ശൃംഖലയെ വിവരിക്കാൻ ഉപയോഗിച്ച ഒരു രൂപകമാണത്. മരങ്ങൾ വേരുകൾ പോലെയുള്ള പരമ്പരാഗത ശ്രേണീകൃത ഘടനകളിൽ നിന്ന് വ്യത്യസ്തമായി, 'റൈസോം' ഒരു വികേന്ദ്രീകൃതവും ബഹുസ്വരവുമായ ചിന്തയുടെയും സംഘാടനത്തിന്റെയും രീതിയെ പ്രതിനിധീകരിക്കുന്നു. ഒരു റൈസോമാറ്റിക് സിസ്റ്റത്തിൽ, ഒരു നിശ്ചിത ആരംഭ ബിന്ദുവോ മുൻകൂട്ടി നിശ്ചയിച്ച പാതകളോ ഇല്ലാതെ ആശയങ്ങൾക്ക് ഒന്നിലധികം ദിശകളിൽ വ്യാപിക്കുകയും ബന്ധിപ്പിക്കുകയും ചെയ്യാം. ഈ ആശയമാവട്ടെ ദ്രവത്വം, തുറസ്സ് , അറിവിലും ചിന്തയിലും അതിരുകളുടെ അഭാവം എന്നിവയ്ക്ക് ഊന്നൽ നൽകുന്നു, അപ്രതീക്ഷിത ബന്ധങ്ങളും നൂതനമായ സാധ്യതകളും അത് വായനയിൽ ഉദാരമായി അനുവദിക്കുന്നു. അങ്ങനെ വായിക്കുമ്പോൾ ലാബലുകൾ വ്യാജ പ്രസ്താവനകൾ മാത്രമായിത്തീരുന്നു. അതുകൊണ്ട് ഒരു കൃതി തുറക്കാൻ അനേകം താക്കോലുകൾ വേണ്ടി വരുന്നു.

ഒരു കൃതി നിർവഹിക്കുന്ന സാമൂഹിക സംഭാവനകളെ അളന്നെടുക്കാനുള്ള ഒരു മാപിനി എം.പി.ബി. വികസിപ്പിച്ചെടുക്കുന്നുണ്ട്. എഴുത്തു കൊണ്ടും വായന കൊണ്ടും താൻ എന്താണ് അർത്ഥമാക്കുന്നത് എന്ന് സ്പഷ്ടമായി തന്നെ അദ്ദേഹം പറഞ്ഞു വെയ്ക്കുന്നു. ഇന്നിന്റെ ഈടുവെയ്പായി നാളെയ്ക്ക് നില നിൽക്കുന്നതാവണം സാഹിത്യം എന്നതാണ് അദ്ദേഹത്തിന്റെ ദൃഢതരമായ മറുപടി.

സാഹിത്യം പൊതുവെ അപചയപ്പെട്ടു നിൽക്കുകയാണെന്നും ഏതെങ്കിലും ഒരു സിനിമയിലോ സീരിയലിലോ ഒരു നേരം തല

കാണിച്ച പോയർവർക്ക് ലഭിക്കുന്ന സ്വീകാര്യത പോലും അനേക കാലങ്ങളിലായി പ്രതിബദ്ധതയോടെ എഴുതിക്കൊണ്ടിരിക്കുന്നവർക്ക് ലഭിക്കുന്നില്ലെന്നും എം.പി.ബി. നിരീക്ഷിക്കുന്നുണ്ട്. എന്നാൽ നിരൂപണ സാഹിത്യത്തിന്റെ നില അതിലും പരിതാപകരമാണ്. അതിനേക്കാൾ ദയനീയമാണ് നിരൂപണ നിരൂപണത്തിന്റെ അവസ്ഥ. ഏറെ ദുർബലമാക്കപ്പെട്ടതാണ് നിരൂപണ സാഹിത്യ ചിന്ത എന്ന് അദ്ദേഹം നിരീക്ഷിക്കുന്നു.

നിരൂപണങ്ങളുടെ ആവശ്യകതയെ നിഷേധിക്കുന്ന ഒരു വായനാ സംസ്കാരം തന്നെയും പോസ്റ്റ് സ്ട്രക്ചറലിസത്തോടെ സംജാതമാകുന്നുണ്ട്. വായനക്കാർ കൂടി കർത്താവിന്റെ പദവിയിലേയ്ക്ക് ഉയർന്നതോടെ വിമർശകൻ എന്ന ഒരധികാര പദവികൂടി അപഭ്രംശം നേരിട്ടു. വുൾഫ് ഗാംഗ് ഐസർ (Wolfgang Iser) എന്ന ജർമ്മൻ ക്രിട്ടിക്ക് വിമർശകരുടെ അധികാരപദവിയെ ചോദ്യം ചെയ്യുന്നുണ്ട്. വായനക്കാരും കൃതിയും നേരിട്ടു നടത്തുന്ന ഇടപാടുകൾക്കിടയിൽ വിമർശകർക്ക് സ്ഥാനമില്ല എന്നതാണ് അദ്ദേഹത്തിന്റെ അഭിപ്രായം. അത് വായനക്കാരെ വിമർശകരിൽ നിന്നും അടർത്തിനിർത്തി ജനാധിപത്യവൽക്കരിക്കുന്നുണ്ടെങ്കിലും വിമർശന സാഹിത്യത്തിന്റെ കുമ്പടയാൻ ഇടയാക്കുന്ന ഒരു സാഹിത്യ നിലപാടായാണ് ചരിത്രത്തിൽ പരിണമിച്ചത്. അതാണ് സാഹിത്യനിരൂപണം ചരിത്രപരവും ജൈവികവുമായ നിലനിൽപ്പ് ഭീഷണിയെ നേരിടുന്നതായി എം.പി.ബാലറാം വിലയിരുത്തുന്ന സൈദ്ധാന്തികമായ പരിസരം എന്നെനിക്കു തോന്നുന്നു.

മൂലധന വ്യാപനത്തിനുള്ള ഉദാരതയുടെ ഉറവുകളായി പല തരത്തിലുള്ള സൈദ്ധാന്തിക നിലപാടുകളും ഈ കാലത്ത് സംസ്ഥാപിക്കപ്പെട്ടിട്ടുണ്ട്. അതുകൊണ്ടാണ് 'പണത്തിന്റേയും അധികാരശക്തിയുടേയും സംസർഗ്ഗം സംസ്കാരത്തിന്റേയും കലയുടേയും മേഖലകളിൽ വിദഗ്ദ്ധമായി നടപ്പിലാക്കിയ ജാരബന്ധങ്ങളുടെ മാരകമായ ഫലങ്ങളെയാണ് നിരൂപണമുൾപ്പെടെയുള്ള സാഹിത്യചിന്തയുടെ വിപുലമായ മേഖലയ്ക്ക് ഇന്ന് എതിരിടേണ്ടി വന്നിരിക്കുന്നത്' എന്ന എഴുത്തുകാരന്റെ നിരീക്ഷണം ഏറെ കൃത്യമായിത്തീരുന്നത്.

നിരൂപണ സാഹിത്യം ചരിത്രത്തിൽ നിർമ്മിച്ചെടുത്ത സാഹിത്യമൂല്യത്തെ സാംസ്കാരിക ജീവിതം അങ്ങേയറ്റം വിലമതിക്കുന്ന ഒന്നാക്കി മാറ്റിയിട്ടുണ്ട്. എം.പി.ബി. യുടെ അഭിപ്രായത്തിൽ സാഹിത്യത്തിന്റെയും സംസ്കാരത്തിന്റെയും സ്വത്വം പിന്നിട്ട ചരിത്ര ഘട്ടങ്ങൾ, വരാനിരിക്കുന്ന ഭാവിയുടെ ദിശ ഇവയെക്കുറിച്ചെല്ലാം അനിവാര്യമായുണ്ടാകേണ്ട

പ്രാഥമിക ധാരണകൾ സർഗാത്മക സാഹിത്യത്തിനു പകർന്നു നൽകിയത് നിരൂപണ സാഹിത്യത്തിന്റെ ഗുണദോഷ വിചിന്തനങ്ങളാണ്. ആ അർത്ഥത്തിൽ സാഹിത്യത്തിന്റെ സൗന്ദര്യാംശങ്ങൾക്കൊപ്പം സാഹിത്യത്തെ ഒരു സാംസ്കാരിക രൂപീകരണത്തിന്റെ ആധാരസ്ഥാനമായി മാറ്റുന്നതിൽ വിമർശന സാഹിത്യത്തിന് വലിയ പങ്കു വഹിക്കാൻ കഴിഞ്ഞിട്ടുണ്ട്.

കൃതിയുടെ കേന്ദ്രത്തെ അസ്ഥിരപ്പെടുത്തുന്ന ധാരാളം വായനാ രീതികൾ ലോകത്താകമാനം പ്രബലമായിത്തീരുന്നുണ്ട്. ഈ വായനാ രീതികളോട് യോജിച്ചും വിയോജിച്ചുമാണ് എം.പി.ബി. തന്റെ മൗലികമായ വായനാ രീതിയെ രൂപീകരിച്ചെടുക്കുന്നത്. മൂലധനവും അതിന്റെ വർഗതാല്പര്യങ്ങളും എങ്ങനെയാണ് കൃതിയുടെ സൗന്ദര്യലോകത്തെപ്പോലും നിർണയിക്കുന്നതെന്ന് അദ്ദേഹം നിരീക്ഷണത്തിന് വിധേയമാക്കുന്നു. കേന്ദ്രത്തിൽ നിന്ന് വായിച്ചാലും പാർശ്വത്തിലേയ്ക്ക് നോട്ടങ്ങൾ പായിച്ചാലും മൂലധനത്തിന്റെ ബലതന്ത്രങ്ങളിൽ പെട്ട് വാക്ക് എങ്ങനെയാണ് വ്യവസ്ഥാപിതമായ പരിലാളനങ്ങളുടെയും വീറ്റുറ്റ ചെറുത്തു നിൽപ്പുകളുടേയും ഇടമായി ഭവിക്കുന്നത് എന്നതാണ് എം.പി.ബി.യുടെ പര്യാലോചന. ജനാധിപത്യം എന്നത് സാമൂഹിക ജീവിതത്തിലെന്നപോലെ വായനയിലും മൂലധന താല്പര്യങ്ങളുടെ തൊട്ടിലായിത്തീരുന്നതിനെ എം.പി.ബി. വിലമതിക്കുന്നേയില്ല. ഈ നിലയിൽ രണ്ടു ഗ്രന്ഥങ്ങളെ അദ്ദേഹം വായനയ്ക്ക് വിധേയമാക്കുന്നുണ്ട്. ഒന്ന് ബന്യാമിന്റെ 'മാന്തളിരിലെ 20 കമ്യൂണിസ്റ്റ് വർഷങ്ങൾ'. രണ്ട് സ്വപ്ന സുരേഷിന്റെ തുറന്നെഴുത്തായ 'ചതിയുടെ പത്മവ്യൂഹം'. ഒന്ന് അമേധ്യവർഷങ്ങളെങ്കിൽ മറ്റത് ധീരതയുടെ ആത്മഗാഥയാണെന്ന് ഗ്രന്ഥകർത്താവ് വിധിയെഴുതുന്നു.

ഒന്ന് അംഗീകൃത സാഹിത്യകാരന്റേത് എങ്കിൽ മറ്റേത് പൊതു സ്വീകാര്യതയൊട്ടും നേടിയിട്ടില്ലാത്ത 'കളങ്കിത'യായ ഒരു സ്ത്രീയുടേതാണ്. ഒന്ന് ദേശചരിത്രം മറ്റേത് ആത്മഗാഥ. ബന്യാമിന്റേത് ദേശചരിത്രത്തിന്റേതെങ്കിലും ചരിത്ര ശൂന്യമായ ഒരു അസംബന്ധമായാണ് ഗ്രന്ഥകാരൻ തിരിച്ചറിയുന്നത്. ഉള്ളു പൊള്ളയായ 'മൗലിക' വീക്ഷണവും ചരിത്രമില്ലായ്മയും നോവൽ ചരിത്രത്തിന്റെ അത്ഭുതങ്ങളാണെന്ന രീതിയിലുള്ള പ്രസാധകന്റെ അവകാശ വാദങ്ങൾക്ക് സാർവത്രികമായ അംഗീകാരവും സ്വീകാര്യതയും കൈവരുന്നത് ചരിത്ര നിരപേക്ഷമായ ഒരു പൊങ്ങു സമൂഹത്തിന്റെ സാന്നിധ്യം മൂലമാണെന്ന് ഗ്രന്ഥകർത്താവ് നിരീക്ഷിക്കുന്നു. വഴക്കം ചെന്ന എഴുത്തുകാർ കാണിക്കുന്ന വാക്കിന്റെ

ഗിമ്മിക്കുകളായി പോപ്പുലർ സാഹിത്യം മാറിക്കഴിഞ്ഞിരിക്കുന്നു. പുരസ്കാരങ്ങൾക്കൊണ്ട് മെരുക്കപ്പെടുന്ന എഴുത്തുകൾ എല്ലാ വിധ വ്യവസ്ഥാപിതത്വങ്ങൾക്ക് ഭദ്രതയരുളുകയാണ് ചെയ്യുക. ജീവിതത്തിന്റെ വേരിൽ നിന്നും പൊട്ടിമുളയ്ക്കുന്ന അധഃസ്ഥിത യുടെ വാക്കിന്റെ രൂക്ഷ മുനകളെ താംബൂല ചർവണവും തരുണീ രംഭണവുമായി കഴിഞ്ഞുപോയ കാലത്തിന്റെ ശൃംഗാരപദാവലികൾ കൊണ്ട് പകരം വെയ്ക്കാനുള്ള കുത്സിതമായ കൗശലം ശ്രമം കൂടി എഴുത്തുകാരൻ നടത്തുമ്പോൾ ശരിക്കും നോവൽ ചില്ലു കൂട്ടിൽ അടയ്ക്കപ്പെട്ട മൃതശരീരം കണക്കെ നമ്മെ ശീതീകരിച്ചു നിർത്തുന്നു. ജീവിതത്തിന്റെ തിളയ്ക്കുന്ന ഊഷ്മളത യല്ല ശബളമായ കാഴ്ചയുടെ ശീതചരായനാണ് അത്തരം നോവലുകൾ നൽകുന്നത് എന്നു മാത്രം പറയട്ടെ.

ഇവിടെയാണ് സാഹിത്യമറിയാത്ത ഒരു സ്ത്രീ തന്റെ തപ്തമായ ജീവിതാനുഭവത്തിന്റെ നാരായം കൊണ്ട് വാക്കെഴുതുന്നത്. അപ്പോൾ അതിന് കൃത്രിമമായ അലങ്കാരച്ചമയങ്ങളൊന്നും വേണ്ടാതാവുകയും അധികാരത്തിന്റെ വ്യാജ ശിരസ്സുകളെ വെട്ടിപ്പിളർക്കാൻ പോരുന്ന ഒരു പോർ വീര്യമായി സ്വപ്ന സുരേഷിന്റെ ആത്മകഥ മാറുന്നതിന്റെ രസതന്ത്രമാണ് എം.പി.ബാലറാം പരിശോധിക്കുന്നത്. 'അധികാരത്തിന്റെ വ്യവസ്ഥ ഒരുക്കുന്ന സുരക്ഷിത സ്ഥാനങ്ങളിൽ ഇരുന്ന് യജമാനൻമാർക്കു മുമ്പിൽ 'റാൻ റാൻ' മൂളി മുട്ടുകാലിൽ ഇഴയാൻ തയ്യാറാക്കി നിർത്തിയവരുടേതിൽ നിന്ന് ഏറെ അകലെയാണ് ഈ പുസ്തക'മെന്ന് എം.പി.ബി. തിരിച്ചറിയുമ്പോൾ വ്യവസ്ഥാപിതമായ വാക്കും ജീവനിൽ മുങ്ങി നിൽക്കുന്ന വാക്കും തമ്മിലുള്ള അന്തരമെന്തെന്ന് വായനക്കാർക്ക് വേഗം മനസ്സിലാവുന്നു.

നല്ല സാഹിത്യം സത്യത്തിലേയ്ക്കൊരു വാതിൽ തുറക്കുന്നു എന്ന സങ്കല്പമാണ് എം.പി.ബി. മുന്നോട്ടു വെയ്ക്കുന്നത്. എൻ.പ്രഭാകരന്റെ ഇറ്റാർസിയിലെ സൂര്യൻ എന്ന കഥയെ ആസ്പദമാക്കിയുള്ള ഒരന്വേഷണത്തിൽ സംശയരഹിതമായി അദ്ദേഹം അത് അവതരിപ്പിക്കുന്നുണ്ട് 'കഥയെക്കുറിച്ചുണ്ടാകുന്ന ഏതൊരു പുനരാലോചനയ്ക്കും സത്യം കണ്ടെത്താനുള്ള ബാധ്യതയുണ്ട് അതിനുള്ള ഏതൊരു ശ്രമത്തിനും മൂല്യമുണ്ട്'. എഴുത്തിന്റെ നൈതികവും സർഗാത്മകവുമായ സാധ്യതകൾ എന്തെന്ന് അന്വേഷിക്കാനാണ് ഗ്രന്ഥകർത്താവ് ഒറ്റക്കഥയെ ആസ്പദമാക്കി ഇങ്ങനെ സമീപിക്കുന്നത്. കല നിലനിൽക്കുന്നത് അല്ലെങ്കിൽ ഭാവിയിലേയ്ക്ക് കൈ നീട്ടുന്നത് അതിന്റെ ആഖ്യാന സൗന്ദര്യം കൊണ്ടു മാത്രമാണെന്നു കരുതുന്ന രൂപഭദ്രതയെ എം.പി.ബി. അധികമൊന്നും കാര്യമാക്കുന്നില്ല. ഭ്രമവും ഭൗതികാവസ്ഥയും യാഥാർത്ഥ്യവും

സ്വപ്നാടനവും കൂടിക്കലരുന്ന ഒരാഖ്യാന സവിശേഷതയ്ക്കപ്പുറത്ത് നൈതികതയും ആഴത്തിലുള്ള അതിന്റെ സർഗാത്മകതയുമാണ് മൂന്ന പതിറ്റാണ്ട് പിന്നിട്ടിട്ടും എൻ പ്രഭാകരന്റെ കഥയെ അനുഭൂതിയുടെ ലോകത്ത് ഇന്നും സജീവമായി നിലനിർത്തുന്നത്.

തലമുറകളിലുടനീളം പ്രസക്തമായി നിലനിൽക്കുന്ന സാർവലൗകികമായ ആശയങ്ങൾ, വികാരങ്ങൾ, മാനുഷിക അനുഭവങ്ങൾ എന്നിവയെ സാഹിത്യം കാലാതീതമാക്കിത്തീർക്കുന്നുണ്ട്. കാലാതീതമായ അത്തരം സാഹിത്യം പലപ്പോഴും മനുഷ്യപ്രകൃതിയുടെയും മനുഷ്യാവസ്ഥയുടെയും സങ്കീർണ്ണാവസ്ഥകളിലേക്ക് ഉൾക്കാഴ്ചകൾ പ്രദാനം ചെയ്യുന്നു. കാലം കടന്നുപോകുമ്പോഴും കഥാപാത്രങ്ങളുമായും സാഹചര്യങ്ങളുമായും ബന്ധപ്പെടാൻ വായനക്കാരെ നിരന്തരം അനുവദിച്ചു കൊണ്ടിരിക്കുന്നു. സമകാലിക പ്രേക്ഷകരുമായി സംവദിക്കുമ്പോൾ തന്നെ വ്യത്യസ്ത കാലഘട്ടങ്ങളിലേക്കുള്ള ഒരു ജാലകം കൂടി അത് പ്രദാനം ചെയ്യുന്നു എന്ന് അമേരിക്കൻ എഴുത്തുകാരനായ എഫ് സ്കോട്ട് ഫിറ്റ് സ് ജെറാൾഡ് (F. Scott Ftizgerald) പറയുന്നുണ്ട്. ഈ വിധം മഹത്തരമെന്ന് സമൂഹം കല്പിക്കുന്ന എഴുത്തുകളിലൊക്കെയും വർത്തമാനവുമായി സംവദിച്ച് ഭാവിയിലേയ്ക്ക് നീളുന്ന ഒരു ധാർമ്മികതയുടെ ദീപ്തി നാളം തിരികൊളുത്തിനിൽക്കുന്നുണ്ടാവും. അത്തരം കൃതികൾക്ക് കാലം മഹത്തരം എന്ന വാക്കിനെ വിളക്കിച്ചേർക്കും. മൂല്യപരമായ ഒരു സാമൂഹിക ഭൂമികയിലായിരിക്കും അവ പ്രവർത്തിക്കുക.

ഈ വിധം ബഹുസ്വരവും ജനാധിപത്യപരവുമായ വളർന്നു വന്ന എഴുത്തിനെയും വായനയെയും സർഗാത്മകതയുടെ അഗാധത കൊണ്ട് മൂല്യപരമായി തിരിച്ചറിയാൻ ശ്രമിക്കുന്ന സാംസ്കാരിക പാഠമാണ് എം.പി.ബി. ഈ പുസ്തകത്തിലൂടെ നിർമ്മിക്കാൻ ശ്രമിക്കുന്നത്. മാനസികമായ അടിമത്തത്തോട് സന്ധിചെയ്യാതിരിക്കുന്ന എഴുത്തുകാരന്റെ ധീരതയുടെ മഷി ഇതിൽ ഉണങ്ങാതെ നിൽക്കുന്നു. സത്യത്തിന്റെ വിത്തിറക്കാൻ പാകത്തിൽ കൃതിയെ ഉഴുതു മറിക്കുന്ന വാഗ്വിലാസങ്ങളുടെ കർഷകൻ കൂടിയാണ് എം.പി.ബാലറാം. അയാൾ സാഹിത്യനിരൂപണത്തെ ചരിത്രപരവും ജൈവികവുമായ ഒരു വംശവൃക്ഷമാക്കി വർത്തമാനത്തിൽ നിലനിർത്തുകയും ചെയ്യുന്നു.

‘മറുവാക്കുകൾക്കൊരിടം:
കല കാലം ദേശം’

ഒരു മുഖവുര

ശരിയാണ്. എഴുത്തുകാരൻ രാഷ്ട്രീയ മഹാശൂന്യതയ്ക്ക് നടുവിലാണ്. ആത്മബോധം ഒരു കുരിശായി പെറുന്നവരുടെയെല്ലാം ചുമലുകളിൽ ഇന്ന് ആത്മനിന്ദയുടെ ചുമടുകളുമുണ്ട്.ഒരർത്ഥത്തിൽ ഇത്തരമൊരു വഴിത്തിരിവാണ് ബഷീറിനെക്കൊണ്ട് ശബ്ദങ്ങളും ചങ്ങമ്പുഴയെക്കൊണ്ട് പാടുന്ന പിശാചുംഎഴുതിച്ചത്. സമുദായത്തിലെ വിഷംതീനികളെന്ന് കേസരിയുംചിതയിലെ വെളിച്ചങ്ങളെന്ന് എം.എൻ.വിജയനും എഴുത്തുകാരെ വിളിച്ചത് ഈ മഹാശൂന്യതയ്ക്കും മറുപുറമുണ്ടെന്ന ഉറച്ച ബോദ്ധ്യം കാരണമാണ്.

നിൽക്കുന്ന ഇടങ്ങളെ കടലെടുക്കുന്നു എന്ന തിരിച്ചറിവ് എഴുത്തുകാരനെ ആത്മഹത്യാമുനമ്പിൽ നിന്ന് രക്ഷിക്കും. ധീരതയുടെ പാത ആത്മത്യാഗത്തിന്റേതാണെന്ന് [illegible] ആളെ അയാൾ നിർബന്ധിക്കപ്പെടുകയുംചെയ്യും. ഒരൊറ്റ മുന്നുപാധിയേയുള്ളൂ: മാനസികമായ അടിമത്തത്തോട് സന്ധി ചെയ്യാതിരാക്കുക; നിർഭയത്വം ഉഴുതുമറിച്ച മനസ്സുകളിൽ മാത്രമേ,നാളെയുടെ വിളവിറക്കാനാകൂ. ഇക്കാര്യത്തിൽ സന്ധി ചെയ്യുന്നവരുമായാണ് നമുക്ക് ആശയപരമായ വിനിമയത്തിന് ഒരിക്കലും സാദ്ധ്യമല്ലാത്തത്. അവരെയാണ് അന്യഗ്രഹജീവികളായി പരിഗണിക്കേണ്ടി വരുന്നത്.

എന്തുകൊണ്ടാണ് ആശയവിനിമയം ചിലരുമായി മാത്രം സാദ്ധ്യമല്ലെന്ന് പറയുന്നത്? അടിമ ഉടമ വർഗ്ഗങ്ങളുടെ രൂപാന്തരങ്ങൾ ആഗോളീകൃത കാലത്ത് വിചിത്രവുംവ്യാജവുമായ വേഷങ്ങളണിഞ്ഞാണ് പ്രത്യക്ഷപ്പെടുന്നത്. ഇത് വളരെ സ്വാഭാവികമാണെന്ന് കബളിപ്പിക്കപ്പെടുന്നവർക്ക് തന്നെ തോന്നി ത്തുടങ്ങുമ്പോൾ എല്ലാം വളരെ 'സുഗമ'വും 'സ്വീകാര്യ'വുമായിത്തീരുന്നു.

ജാതി മത വംശ ലിംഗ ഭേദങ്ങളാൽ വ്യാജമായ വേർതിരിവുകളോടെ അവതരിപ്പിക്കപ്പെടുന്ന നമ്മുടെ കാലഘട്ടത്തിലെ പുത്തൻ അടിമ വർഗ്ഗത്തെ (ഉടമ വർഗ്ഗത്തെയും) തിരിച്ചറിയാനുള്ള കഴിവ് മാർക്സിസ്റ്റ് സൈദ്ധാന്തികജ്ഞാനം കൊണ്ട് മാത്രം എഴുത്തുകാരന് സ്വായത്തമാക്കാനാവുന്നതല്ല. കലയുടെയും സാഹിത്യത്തിന്റേയുംചരിത്രാനുഭവങ്ങളിൽ നിന്ന് അയാൾ സ്വപ്രയത്നം കൊണ്ട് ആർജ്ജിച്ചിരിക്കേണ്ട ഗുണമാണത്. ഒന്നുംസ്വാഭാവികമായി ഇല്ലാതാകുകയില്ല. മറയ്ക്ക് പിന്നിൽ കപട വേഷങ്ങളിൽ അദൃശ്യമായ അധികാരച്ചരടുകൾ കൊണ്ട് കീഴാള പ്രജയെ നിയന്ത്രിക്കുന്ന യജമാനനാൽ ഇല്ലാതാക്കപ്പെടുകയാണ് എഴുത്തുകാരനും. ഇത്രയെങ്കിലും കാണാൻ കഴിയാത്ത എഴുത്ത് വന്ധ്യവും നിന്ദ്യവുമാണെന്ന് പറയാൻ ഇന്നു നാം നിർബന്ധിക്കപ്പെടുകയാണ്. അവനവനിൽത്തന്നെ തലപൂഴ്ത്തി കാലം കഴിക്കുന്നവർ, പറ്റംചേർന്ന് കൂട്ടമായിക്കഴിയുന്ന ഒരു സമൂഹവും നാട്ടുമാവുകയാണ് ഇന്ന് കേരളം. ഇത് ഒരിക്കലും സ്വമേധയാ അംഗീകരിക്കപ്പെടുന്നതല്ല. അതാണ് ദുരന്തം. അടിമ ബോധംവരിക്കുന്നത് സ്വാഭാവിക പ്രക്രിയയാണെന്ന് വരുത്തിത്തീർക്കയും ജനിക്കുന്ന കുട്ടികളെപ്പോലും ജാതിമതങ്ങളുടേയും പ്രാദേശികതകളുടേയും വിവര വിനിമയ വിദ്യാഭ്യാസ വ്യവസ്ഥിതികളുടെയും പിൻബലത്തിൽ മാനസിക വന്ധ്യംകരണത്തിന് വിധേയരാക്കുകയും ചെയ്യുന്നു. ഇക്കഴിഞ്ഞ കാൽനൂറ്റാണ്ടിനുള്ളിൽ കൺമുന്നിൽ സംഭവിച്ചുകൊണ്ടിരിക്കുന്ന ഈ രാഷ്ട്രീയ സംസ്കാരിക പരിണതികളോടുള്ള കലയുടേയും സാഹിത്യത്തിന്റേയും പ്രതികരണം എങ്ങനെയാണ്? അടിമബോധത്തിനെതിരെ ഉയർത്തുന്ന എഴുത്തിന്റെ പ്രതിരോധം ഏതു വിധത്തിലാണ്? കൂട്ടം ചേർന്ന് 'ഹലേലുയ്യ' പാടുന്നവർക്കിടയിൽ കേൾക്കപ്പെടുന്ന ദുർബലസ്വരങ്ങൾ ആരുടേതെല്ലാം?

രണ്ട്

റോമിലെ കൊളോസിയം കാഴ്ചകളെപ്പോലും നാണിപ്പിക്കുന്ന വിധത്തിലാണ് കേന്ദ്ര കേരള ഭരണകൂടങ്ങൾ മത്സരബുദ്ധിയോടെ കീഴടങ്ങാൻ കൂട്ടാക്കാത്ത കീഴാളപ്രജകളെ പ്രതികാരത്തിന്റെ ഇരകളാക്കി

മാറ്റുന്നത്. കണ്ണും മനസ്സും തുറന്നു വെച്ചവർക്കെല്ലാം അത് കാണാം അടിമബോധം പങ്കു പറ്റുന്നവർക്കൊഴികെ. നാം ജീവിക്കുന്ന കാലത്ത് സംഭവിച്ചുകൊണ്ടിരിക്കുന്ന പ്രത്യക്ഷ സത്യങ്ങൾ കാണുന്നതിൽ നിന്ന് എഴുത്തുകാരനെ ആരാണ് വിലക്കുന്നത്? ഇതിൽ മനസ്സിലാവാത്ത എന്ത് നിഗൂഢതയാണ് ബാക്കിയുള്ളത്? തനിക്കു ചുറ്റും അയാൾതന്നെ വിഷമിച്ച് പടുത്തുയർത്തുന്ന വ്യാജസങ്കൽപ്പങ്ങളുടെ മറകളല്ലാതെ സത്യം കണ്ടെത്തുന്നതിൽ നിന്ന് അയാളെ തടയുന്ന ഒരദൃശ്യശക്തിയും നിലവിൽ ഫലപ്രദമല്ലാതായിത്തീർന്നു കഴിഞ്ഞിട്ടുണ്ട്. അപ്പോഴും സത്യത്തിന്റെ നിഴലുകളെപ്പോലും അയാൾ ഭയപ്പെടുന്നത് ഉള്ളിലെ അടിമ ബോധം കൊണ്ടല്ലാതെ മറ്റെന്തു കൊണ്ടാണ്?

ഇടതു പക്ഷപ്പൊങ്ങച്ചങ്ങളുടേയും വ്യാജ പുരോഗമനാത്മകതയുടേയും ഭൂമികയെ കടൽ വിഴുങ്ങുന്നു എന്ന തിരിച്ചറിവ്, നിരർത്ഥകങ്ങളായ നിഴൽ യുദ്ധങ്ങളിലേക്കാണ് കേരളത്തിലെ എഴുത്തുകാരിൽ മിക്കവരേയും കൊണ്ടു ചെന്നെത്തിക്കുന്നത്. ഇതാകട്ടെ രാഷ്ട്രീയ യജമാനന്മാരെ പ്രീതിപ്പെടുത്താൻ വേണ്ടി ചെയ്യുന്ന ആത്മാർത്ഥത ഒട്ടുമില്ലാത്ത 'വാഗ് വധ'ങ്ങൾ(!) മാത്രമാണ്.

നരബലികൾ പണ്ട് അരങ്ങേറുകയും കൊണ്ടാടുകയുംചെയ്ത കാലത്ത് അതു നീതീയായുംന്യായമായും സമൂഹത്തിൽ സ്വീകരിക്കപ്പെട്ടത് പുരോഹിത വർഗ്ഗത്തിന്റെ മേലാൾ പ്രീണനത്തിന്റെ ഫലംകൂടിയായാണ്. അന്നത്തെ പരിശുദ്ധ കർമ്മികളുടെ നേരവകാശികളാണിവർ! സി.ജെ. തോമസ് മുമ്പ് പച്ചോന്തുകളെന്ന് (വിഷവൃക്ഷം നാടകം) വിശേഷിപ്പിച്ച ഈ കൊട്ടാരം സ്തുതിപാഠകർ ജന്മദൗത്യംകൂറോടെ നിറവേറ്റുകയാണ്! അതിനെ 'രാഷ്ട്രീയ സംവാദ'മെന്നും 'സമൂഹബോധവൽക്കരണ'മെന്നും 'സാംസ്കാരിക പ്രഭാഷണ'മെന്നും 'പുരോഗമന സാഹിത്യ'മെന്നും വിശേഷിപ്പിച്ച് വളർത്തുന്നത് ധൈഷണിക ലോകത്തിന്റെ ദല്ലാളുകളായ വ്യാജ ഇടതുപക്ഷ മാഫിയാകൾ തന്നെയാണ്. ഏകാധിപതികളായ ചക്രവർത്തിമാരുടെ സന്തത സഹചരന്മാരായപ്പോഴും അവരുടെ പാരമ്പര്യമായി പഴയ സംസ്കൃത നാടകങ്ങളിൽ സ്വാതന്ത്ര്യബോധം കൈവിടാതെ യഥേഷ്ടം വിരാജിച്ച മഹാപണ്ഡിതരായ കൊട്ടാരം വിദൂഷകരെവിടെ? കൊട്ടാരത്തൊഴുത്തിലെ ഗോക്കൾക്ക് പോലും (ഗോധനം!) കിട്ടുന്ന ഉയർന്ന പരിഗണനയോ പരിചരണമോ ഇല്ലാതെ നാൽക്കാലികൾക്ക്പോലും നാണക്കേടുണ്ടാക്കുന്ന അക്ഷരലോകത്തെ ഈ കള്ളപ്പരിഷകൾക്ക് എന്തു വിശ്വാസ്യതയാണ് ബാക്കിയുള്ളത്? ദാസ്യത്തിന്റ കൂലിയായി കൈപ്പറ്റിയ നാണയത്തുട്ടുകളും പുരസ്കാരങ്ങളുമല്ലാതെ.

അക്ഷരത്തിന്റെ അതിരുകളില്ലാത്ത സാധ്യതകളെക്കുറിച്ച് ഊറ്റം കൊണ്ടിരുന്ന കേരളീയ സമൂഹത്തെ നിലവിലുള്ള സാഹചര്യങ്ങൾ ലജ്ജിപ്പിക്കും.അക്ഷരവും വാക്കുകളുമെല്ലാം മോചനശക്തികളാകുന്ന തിനു പകരം ഇരുട്ടിന്റേയുംമൃത്യുവിന്റേയും ദല്ലാളുകളായി പരിണമിക്കുന്ന കാഴ്ച നാടിന്റെ സാംസ്കാരിക പൈതൃകത്തിന്റെ ആകെ നിഷേധമാണ്. അക്ഷരം=രാഷ്ട്രീയ അടിമത്തം എന്ന പുതിയ സമവാക്യം ആഗോളീ കരണ കാലത്തിന്റേതായി അതിവേഗം ഇവിടെയും രൂപപ്പെട്ടുകയാണ്. സാക്ഷരതയെ ഉപകരണമാക്കിയാണ് നഗരങ്ങളിലെ അരാഷ്ട്രീയ മദ്ധ്യ വർഗ്ഗത്തെ ഹിന്ദുത്വ ഫാസിസംതുടക്കത്തിൽ അതിന്റെ ആശയ പടച്ചട്ട അണിയിച്ചത്. അതിവേഗം മദ്ധ്യവർഗ്ഗവത്ക്കരിക്കപ്പെട്ടുന്ന കേരളീയ സമൂഹത്തിന് അമിതാധികാര ശക്തികളുടെ ഈ പുത്തൻ അരാ ഷ്ട്രീയപടച്ചട്ട (ഇടത്-വലത്പക്ഷ ഭേദമന്യേ) പാകമായി വരികയാണ്. കോവിഡ് മഹാവ്യാധിക്കാലത്തിന്റെ 'മഹത്തായ' രാഷ്ട്രീയ സംഭാവന യായി, ഈ കേരളീയ മാതൃക ചരിത്രഭൂപടത്തിൽ അടയാളപ്പെട്ടുത്ത പ്പെടട്ടെ.

കൈയിലെ കറുകപ്പല്ലുകളെപ്പോലും ആയുധങ്ങളാക്കി സഹചരന്റെ മസ്തകം തകർക്കുന്ന ഹിംസാത്മകമായ ആഭിചാരവിദ്യ കേരളത്തിലെ വ്യാജ ഇടതുപക്ഷത്തിന് അഭംഗുരം വിജയകരമായി തുടരാൻ കഴിയട്ടെ! ഈ 'വിശുദ്ധ കർമ്മം' പൂർത്തീകരിക്കാനും ജന്മദൗത്യം നിറവേറ്റാനും വേണ്ടിയുള്ള പ്രവർത്തനങ്ങൾക്കിടയിൽ, കടലിൽ എന്നെന്നേയ്ക്കുമായി മുങ്ങിത്താഴും മുമ്പ് ഒരു വീണ്ടുവിചാരം ഉണ്ടാവുന്നത് നല്ലതാണ്. ഇവിടെ ബാക്കിയാവുന്ന ആളുകൾക്കെങ്കിലും നാളെയുടെ പാഠപുസ്തകമായി കുട്ടികളെ പഠിപ്പിക്കാൻ വ്യാജ ഇടതുപക്ഷം ഇവിടെ കൊട്ടിഘോ ഷിച്ച് നടപ്പാക്കുന്ന 'വികസന'ത്തിന്റെ മഹത്തായ 'കേരളമാതൃക' പ്രയോജനപ്പെട്ടേക്കും.

നിരൂപണം: വിറ്റഴിക്കൽ വിൽപ്പനയുടെ കലയും ദർശനവും

ഒന്ന്

മലയാള സാഹിത്യ നിരൂപണം ഇന്ന് ആർക്കും വേണ്ടാത്ത വ്യവഹാരമായി എഴുത്തിന്റെ മുഖ്യധാരയിൽ നിന്ന് പുറം തള്ളപ്പെട്ട അവസ്ഥയിലാണ്. സാഹിത്യ അധികാരം കൈയാളുന്ന ആളുകൾ മുൻകൂട്ടി തയ്യാറാക്കിയ ഒരു ഗൂഢപദ്ധതി പ്രകാരം നടപ്പാക്കുന്നതാണ് ഈ ഭ്രഷ്ട് കൽപ്പിക്കലെന്ന് ആർക്കും ആരോപിക്കാൻ കഴിയാത്ത സ്ഥിതി ഇന്നുണ്ട്. നിരൂപണ സാഹിത്യത്തിന്റെ ഇന്നത്തെ അപചയാവസ്ഥയ്ക്ക് ഒട്ടേറെ കാരണങ്ങളുണ്ട്. കഴിഞ്ഞ കാൽ നൂറ്റാണ്ടിന്റെയെങ്കിലും സാഹിത്യ ചരിത്രം സൂക്ഷ്മമായി പരിശോധിക്കുന്നയാൾക്ക് ഇതിലൊട്ടും അത്ഭുതം തോന്നുകയില്ല. നിർഭാഗ്യവശാൽ നിരൂപണത്തിന്റെ അവസ്ഥയേക്കാൾ ദയനീയമാണ് മലയാളത്തിലെ 'നിരൂപണ നിരൂപണ' വിഭാഗത്തിന്റെ അവസ്ഥ. ഏറെ ദുർബലമാക്കപ്പെട്ടതാണ് നമ്മുടെ 'നിരൂപണ സാഹിത്യചിന്ത'.

അടിസ്ഥാനപരമായ ചരിത്ര ബോധമോ ദാർശനിക ധാരണയോ പ്രകടിപ്പിക്കാൻ അശക്തമാണ് മലയാളത്തിലെ 'നിരൂപണ നിരൂപണം'. ('നിരൂപണത്തിന്റെ നിരൂപണം'). 'ഞാനൊരു നിരൂപകനാണ്' എന്ന് നല്ലൊരു വായനക്കാരന്റെ മുമ്പിൽ നിവർന്നു നിന്ന് പറയാൻ കഴിയാത്ത സ്ഥിതിയുണ്ട്. നിരൂപണമെന്ന സവിശേഷ വ്യവഹാരത്തിന്റെ ചിന്താപരമായ അസ്തിത്വം തന്നെ ചോദ്യം ചെയ്യപ്പെടുകയാണെന്ന്

ബന്ധപ്പെട്ടവർ തിരിച്ചറിയണം. സാഹിത്യ നിരൂപണം ചരിത്രപരവും ജൈവികവുമായ നിലനിൽപ്പ് ഭീഷണിയെ നേരിടുന്നു. ഇത് എന്തുകൊണ്ടെന്ന ചിന്ത അതിനാൽ ഏറെ പ്രസക്തമാണ്.

സംശയാസ്പദമായ ധനത്തിന്റെ ജാരന്മാർ (പച്ച മലയാളത്തിൽ ചാരന്മാരെന്നും വിളിക്കാം) സർവ്വതന്ത്ര സ്വതന്ത്രരായി പകൽ മാന്യന്മാരായി നടക്കുന്നത് 'സാഹിത്യ ചിന്താ' മേഖലയുടെ വിശ്വാസത്തകർച്ചക്ക് മതിയായ കാരണമാണ്. ഇതിനു പുറമെ മറ്റു കാരണങ്ങൾ വേറെ തേടിപ്പോകേണ്ടതില്ല. സാഹിത്യ മാഫിയകളും മൂലധനശക്തികളുമായുള്ളരാത്രിഞ്ചരബന്ധങ്ങൾ ഭാഷയുടെയും സാഹിത്യത്തിന്റെയും സ്വതന്ത്രമായ വളർച്ചയേയും പുരോഗമന സ്വഭാവത്തേയും മാത്രമല്ല സംശയത്തിന്റെ നിഴലിലാക്കിയത്. അത് സംസ്കാരത്തിന്റേയും കലയുടേയും പൊതുവായ മുന്നേറ്റങ്ങൾക്ക് തടയിടുകയും കഴിഞ്ഞ കാല ചരിത്രത്തിൽ നേടിയ ഗംഭീരങ്ങളായ നേട്ടങ്ങളെയെല്ലാം അയഥാർത്ഥ സ്വപ്നമായിക്കരുതി മറന്നുകളയാൻ ഏവരേയും നിർബന്ധിക്കുകയും ചെയ്തു. ധനമൂലധന ശക്തികൾ എങ്ങനെയാണ് അതിന്റെ സാർവ്വലൗകികമായ അധിനിവേശത്തിലൂടെ മാർക്സിസ്റ്റ് ഇടതുപക്ഷ ചിന്തകളിൽ വിള്ളലുകൾ സൃഷ്ടിക്കുന്നതെന്ന വിശകലനങ്ങളെ (ഫ്രാൻസിസ് ഫുക്യാമയുടേയും മറ്റും) മാർക്സിസ്റ്റ് വിരുദ്ധമായി കണക്കാക്കി നിരാകരിക്കാനാണ് പുരോഗമന ചിന്താഗതിക്കാർ എല്ലാകാലവും ഒരുങ്ങിയത്. പണത്തിന്റേയും അധികാര ശക്തിയുടേയും സംസർഗ്ഗം സംസ്കാരത്തിന്റേയും കലയുടേയും മേഖലകളിൽ വിദഗ്ദ്ധമായി നടപ്പാക്കിയ ജാരബന്ധങ്ങളുടെ മാരകമായ ഫലങ്ങളെയാണ് നിരൂപണമുൾപ്പെടെയുള്ള സാഹിത്യചിന്തയുടെ വിപുലമായ മേഖലക്ക് ഇന്ന് എതിരിടേണ്ടി വന്നിരിക്കുന്നത്. നിരായുധീകരിക്കപ്പെട്ടതും നിർവ്വീര്യമാക്കപ്പെട്ടതുമായ സാഹിത്യനിരൂപണം ഇന്നത്തെ അവസ്ഥയുടെ ദുരന്തപൂർണ്ണമായ ബാക്കിപത്രമാണ്.

പറഞ്ഞുവരുന്നത് അത്യന്തം ലളിതമായ കാര്യങ്ങളാണ്: ആഗോളമൂലധനം ധനവിപണി കൈയടക്കാൻ ഓരോ രാജ്യത്തേയും ഭരണ സംവിധാനങ്ങളേയും ഓഹരിക്കച്ചവടത്തിലെ നിഗൂഢമായ കൊള്ളക്കൊടുക്കകളേയും അവസരങ്ങളാക്കി ഉപയോഗപ്പെടുത്തുന്നത് ഏറ്റവും മ്ലേച്ഛമായ രീതിയിലുള്ള ജാരപ്രവർത്തനങ്ങളിലൂടെയാണ്. അതിന് സമാനമായ രീതിയിൽ പ്രത്യയ സംഹിതകളുടേയും സാഹിത്യ കലാരൂപങ്ങളുടേയും മുനയൊടിച്ച് ചിന്തയെ നിർവ്വീര്യമാക്കാനുള്ള പ്രവർത്തനങ്ങൾ ജാരന്മാരെ ഉപയോഗപ്പെടുത്തി ആഗോള മുതലാളിത്തം ഏറ്റവും ഫലപ്രദമായാണ് ഇവിടെ നടപ്പിലാക്കി വരുന്നത്. മൂന്ന്

പതിറ്റാണ്ട് മുമ്പ് ആഗോളീകൃത മൂലധനം വരുത്തിവെക്കാനിടയുള്ള വൻ വിപത്തുകളെക്കുറിച്ച് പറയാൻ തുടങ്ങിയവർ 'വരട്ടുവാദി'കളായും 'വികസന വിരുദ്ധ'രായും വിളിക്കപ്പെട്ടു. അത്തരം മുദ്ര അന്യരുടെ മേൽ ചാർത്തിയവരെല്ലാം ഒന്നൊന്നായി തങ്ങൾ പങ്ക് പറ്റിയ കമ്മീഷൻ തുകയുടെ(വെള്ളിക്കാശ്?) ഏറ്റക്കുറച്ചിലിന്റെ പേരിൽ ജനമദ്ധ്യത്തിൽ വിചാരണ ചെയ്യപ്പെടുന്ന അവസ്ഥ ഇന്നുണ്ട്. മറയ്ക്ക് പിറകിലുള്ള ജാര ബന്ധങ്ങളും ജാര പ്രവർത്തനവും ആർക്കും ബോദ്ധ്യപ്പെടുന്ന രീതിയിൽ ഇന്ന് സുതാര്യമായിത്തീർന്നിരിക്കുന്നു.

രണ്ട്

ആശയങ്ങളുടേയും ചിന്തയുടേയും ലോകങ്ങളെ നേരിട്ടുള്ള അധിനിവേശത്തിലൂടെ കീഴടക്കുന്നതിന് പകരം പരോക്ഷമായ 'അന്യവർഗ്ഗ' ജാരപ്രവർത്തനങ്ങൾ കൊണ്ട് കീഴ്പ്പെടുത്താം എന്നത് നമുക്കുണ്ടായ 'പുതിയ' അറിവാണ്. ('ഇരകൊണ്ടുള്ള ഇരപിടുത്തം' എം.എൻ. വിജയൻ) കീഴ്മേൽ മറിഞ്ഞ വർഗ്ഗബന്ധങ്ങളും മൂല്യബോധവും സത്യത്തെ കളവായും കളവുകളെ സത്യങ്ങളായും കാണാനും അന്യനെ സമർത്ഥമായി കബളിപ്പിക്കാനുമുള്ള പരിശീലനം നമുക്ക് പകർന്ന് തരുന്നുണ്ട്. സത്യാനന്തരംഎന്നോ നവലിബറൽ എന്നോ വ്യത്യസ്തമായ പേരുകളിൽ അറിയപ്പെടുന്ന പ്രാഥമികമായ ഒരു ജീവിത പരിതസ്ഥിതി സമൂഹത്തിൽ അതിവേഗം രൂപപ്പെട്ടു വരുന്നുണ്ട്. 'ഞാൻ ഞാനാണ്' എന്നും 'നീ നീ തന്നെയാണ്' എന്നും 'അവൻ അവൻ തന്നെ' എന്നും തന്നെത്തന്നെയും മറ്റുള്ളവരെയും ചൂണ്ടി ആർക്കും ഉറപ്പിച്ച് പറയാൻ കഴിയാത്ത സന്ദിഗ്ദ്ധമായ സന്ദർഭമാണ് സൃഷ്ടിക്കപ്പെട്ടിരിക്കുന്നത്. അന്യവർഗ്ഗ ജാരബന്ധത്തിന്റെ ജീവിതചക്രം പൂർത്തീകരിക്കപ്പെടുന്നതോടേ സാമൂഹ്യജീവിതത്തിന്റേയും വൈയക്തിക ജീവിതത്തിന്റേയും വിവിധ തലങ്ങളിൽ അകൽച്ചയും പരസ്പര സ്പർദ്ധയും ഹിംസാത്മകതയും വർദ്ധിക്കുകയാണ്. പുരോഗമനപരവും ഗുണപരവുമായി സാഹിത്യത്തെ പുതുക്കിപ്പണിയുന്നതിനു പകരം നിരൂപണമെന്ന ചിന്താ വ്യവഹാരം ഒരൊറ്റ കുറ്റിയിൽ തറയ്ക്കപ്പെട്ട് ഒരിടത്ത് മാത്രം ചുറ്റിത്തിരിയുന്നു.

സർഗ്ഗാത്മക സാഹിത്യം സ്വതന്ത്രമായി നിലനിൽക്കാനും ആരെയും ആശ്രയിക്കാതെ അഭിവൃദ്ധിപ്പെടാനുമുള്ള ശേഷി മലയാളത്തിൽ തെളിയിച്ച നിരവധി സന്ദർഭങ്ങളുണ്ടായിട്ടുണ്ട്. എങ്കിലും പത്തൊമ്പതാം നൂറ്റാണ്ടിന്റെ ഉത്തരാർദ്ധം മുതലെങ്കിലും രചനകൾക്ക് ദിശാബോധവും ആശയപരമായ പിൻബലവും നൽകുന്നതിൽ

സാഹിത്യ നിരൂപണത്തിന്റെ പക്ഷത്ത് നിന്ന് ക്രിയാത്മകമായ ഇടപെടലുകൾ ഉണ്ടായിട്ടുണ്ട്. കവികളും ഗദ്യകാരന്മാരും കഥാകൃത്തുക്കളുമെല്ലാം ഒത്തുചേർന്ന് നടത്തിയ സാഹിത്യ ചർച്ചകളും പ്രഭാഷണങ്ങളും ആനുകാലിക സംവാദങ്ങളും സർഗ്ഗാത്മക സാഹിത്യത്തിന്റെ വളർച്ചയ്ക്ക് ധൈഷണികോർജ്ജം നൽകുന്നതിൽ ഗണനീയമായ പങ്ക് വഹിച്ചിട്ടുണ്ട്. കവിതയിലും നോവലിലും ചെറുകഥയിലും നിരൂപണത്തിലും മറ്റും തുടക്കം കുറിച്ച നവംനവങ്ങളായ കുതിപ്പുകൾക്ക് ആശയപരമായ കരുത്ത് നൽകിയത് മുമ്പൊരിക്കലും സാന്നിദ്ധ്യം അറിയിക്കാതിരുന്ന വിമർശനപരമായ അവബോധത്തിന്റെ കടന്നു വരവാണ്. സാഹിത്യത്തിന്റേയും സംസ്കാരത്തിന്റേയും സ്വത്വം, പിന്നിട്ട ചരിത്ര ഘട്ടങ്ങൾ, വരാനിരിക്കുന്ന ഭാവിയുടെ ദിശ ഇവയെക്കുറിച്ചെല്ലാം അനിവാര്യമായി ഉണ്ടാകേണ്ട പ്രാഥമിക ധാരണകൾ സർഗ്ഗാത്മക സാഹിത്യത്തിന് പകർന്നു നൽകിയത് നിരൂപണ സാഹിത്യത്തിന്റെ ഗുണദോഷ വിചിന്തനങ്ങളാണ്.

സർഗ്ഗാത്മക രചനയോ, നിരൂപണമോ? ഈയൊരു ഭേദചിന്തയെ അസംബന്ധമാക്കി മാറ്റിയത് ഇരുപതാം നൂറ്റാണ്ടിലെ ഗംഭീരങ്ങളായ സാഹിത്യ പ്രവർത്തനങ്ങളുടെ കുതിപ്പുകളാണ്. സർഗ്ഗാത്മക രചനകൾക്കും നിരൂപണങ്ങൾക്കും ഇടയിലുള്ള വേർതിരിവുകളെ ഭേദിക്കുന്ന നിരവധി സന്ദർഭങ്ങൾ പുതിയ കാലഘട്ടത്തിലുണ്ടായി. മലയാളത്തിന്റെ ചിന്താപരമായ അവബോധത്തേയും സർഗ്ഗവൈഭവത്തേയും സന്തുലിതമായി പരിഗണിച്ചുകൊണ്ട് മാത്രമേ സാഹിത്യത്തെ ഇനിമേലിൽ വിചിന്തനം ചെയ്യാനാവൂ എന്ന് പുതിയ നൂറ്റാണ്ടിൽ തെളിയിക്കപ്പെട്ടു. മൂർക്കോത്ത് കുമാരനും പി.കെ.നാരായണപിള്ളയും കേസരിയും എം.പി.പോളും മുണ്ടശ്ശേരിയും സി.ജെ.തോമസും എം.എൻ.വിജയനും മറ്റു നിരവധിപേരും നിരൂപണം എന്ന സാഹിത്യ വ്യവഹാരത്തിന്റെ സാദ്ധ്യതകളെക്കുറിച്ച് മുമ്പില്ലാതിരുന്ന ഉൾക്കാഴ്ചകൾ പുതുതായി ആവിഷ്കരിച്ചു. അവരിലൂടെ പ്രകടിതമായ സാഹിത്യ വിചിന്തനങ്ങളും വീക്ഷണങ്ങളും സാഹിത്യ നിരൂപണത്തിന്റെ തനതായ ഗരിമയെ ഏവർക്കും ബോദ്ധ്യപ്പെടും വിധത്തിൽ സ്ഥാപിക്കുകയും ചെയ്തു.

ചിന്തയുടേയും ഭാവനയുടേയും സ്വതന്ത്രമായ നിലനിൽപ്പിന് ഭരണകൂടത്തിന്റേയും രാഷ്ട്രീയാധികാരത്തിന്റേയും ഭീഷണികളെ ചെറുക്കാനുള്ള പ്രാപ്തി മലയാളത്തിനുണ്ടെന്ന് തെളിയിക്കുന്ന പരീക്ഷണഘട്ടങ്ങൾ മുമ്പ് നിരവധി ഉണ്ടായിട്ടുണ്ട്. ഉച്ഛൃംഖലത്വം എന്ന സാഹിത്യഗുണം ഒരു പ്രത്യയഹിതയായി മലയാളത്തിന് വഴിവിളക്ക് തെളിച്ചു. സാഹിത്യ അക്കാദമികളും പ്രസാധകരും പാഠപുസ്തക കമ്മിറ്റിക്കാരും സിനിമാ

നിർമ്മാതാക്കളും തങ്ങളുടെ കാഴ്ച്ചഭരണിയിലെ സ്വർണ്ണമത്സ്യങ്ങളാക്കാൻ നടത്തിയ ശ്രമങ്ങൾക്കെതിരെ എം.എൻ.വിജയൻ തൊള്ളായിരത്തി എഴുപതുകളിൽ നൽകിയ മുന്നറിയിപ്പുകൾ മാറുന്ന കാലത്തെക്കുറിച്ചുള്ള ശക്തമായ സൂചനകളാകുന്നുണ്ട്. ഈ വിപത്തുകൾക്കെല്ലാമിടയിലും രാഷ്ട്രീയാധികാരത്തിന്റേയും മൂലധനപ്പെരുമയുടേയും മുന്നിൽ ജീവിതാവസാനം വരെ ദാസ്യമനോഭാവത്തോടെ കീഴടങ്ങാൻ കൂട്ടാക്കാത്ത ചിന്തയുടെ മഹാഗോപുരങ്ങൾ നിരൂപണ സാഹിത്യത്തിന്റെ അനശ്വര പൈതൃകമായി നമ്മുടെ ബോധത്തിൽ മായാതെ കിടപ്പുണ്ട്.

മൂന്ന്

അവസാനം ഇന്ന് നാമെത്തിനിൽക്കുന്നത് സ്പോൺസർ ചെയ്യപ്പെട്ട വാക്കുകളുടേയും ആശയങ്ങളുടേയും ചിന്തകളുടേയും ലോകത്താണ്. വിചാരങ്ങൾക്കും വികാരങ്ങൾക്കും യഥേഷ്ടം സ്പോൺസർമാരുള്ള കാലത്തിന്റെ നടുക്കാണ് നാം. എന്നിട്ടുപോലും സാഹിത്യകൃതിയെ സംബന്ധിക്കുന്ന ആസ്വാദനപരമോ ധൈഷണികമോ ആയ വിചിന്തനങ്ങളുടെ ഔന്നത്യം ഇവിടെ ശരാശരിയോ അതിൽത്താഴെയോ ആണെന്നതാണ് വാസ്തവം. ദൃശ്യ മാധ്യമങ്ങളിൽ ഒരിക്കൽ മാത്രം മുഖം കാട്ടാൻ അവസരം ലഭിച്ചിട്ടുള്ള ശരാശരി കലാകാരന്മാർക്ക് പോലും പേരിന് പ്രശസ്തിയുണ്ട്; സ്പോൺസർഷിപ്പുമുണ്ട്. എഴുത്തിന്റെ ലോകം പൊതുവെയും സാഹിത്യ നിരൂപണം പ്രത്യേകിച്ചും ഇതിനിടയിൽ (അന്യവൽക്കരിക്കപ്പെട്ടും അനാഥമാക്കപ്പെട്ടും) പുറന്തള്ളപ്പെടുകയാണ്. ദൃശ്യകലകളെ സാമാന്യമായി ആഘോഷിക്കാനും മൊത്തമായി വിലക്കെടുക്കാനും തയ്യാറായി അധികാരസ്ഥരും സ്പോൺസർമാരും കാത്തിരിക്കുന്നു.

തങ്ങളെത്തന്നെ സ്വയം വിറ്റഴിക്കാൻ ഒരുക്കമുള്ള 'അക്കാദമിക് വിമർശക' പ്രതിഭകളും 'ഔദ്യോഗിക' ഗവേഷകരും ധാരാളമുള്ള നാട്ടിൽ നിരൂപണം അന്യംനിന്നു പോകുന്ന ഒരു സാഹിത്യ രൂപമായി മാറുകയാണ്. ഇതെന്തുകൊണ്ടെന്ന ചോദ്യം ഗൗരവപൂർവ്വം വായനയെ കാണുന്നയാളുകളുടെ പക്ഷത്ത് നിന്ന് ഉയർന്നുവരേണ്ടിയിരിക്കുന്നു. ഗുണത്തിലും എണ്ണത്തിലും പിന്തള്ളപ്പെടുന്ന ഒരു പ്രൗഢോജ്ജ്വല സാഹിത്യ രൂപം തീർത്തും അന്യം നിന്നു പോകുന്ന ഒരു ജീവിവർഗ്ഗത്തിന് തുല്യം അർഹതപ്പെട്ട പരിഗണനയാണ് വായനക്കാരിൽ നിന്ന് തേടുന്നത്.

പുസ്തകക്കമ്പോളത്തിൽ ചെറുകിടക്കാരും വൻകിടക്കാരും വിറ്റഴിക്കുന്ന പുസ്തകങ്ങളുടെ എണ്ണത്തിൽ വലിയ വർദ്ധനവ് ഉണ്ടാകുന്നുണ്ട്. ഫെയ്സ് ബുക്ക്/യു ട്യൂബ്/ഓൺ ലൈൻ പ്രസിദ്ധീകരണങ്ങൾ ഇവയിലൂടെ വെളിച്ചം കാണുന്ന സർഗ്ഗാത്മകവും നിരൂപണപരവുമായ രചനകളെക്കൂടി പരിഗണനയിലെടുത്താൽ നാം എത്തിപ്പെട്ട് കഴിഞ്ഞിരിക്കുന്ന ദാരുണമായ അവസ്ഥയുടെ ചിത്രം വ്യക്തമായി തെളിയും. പണത്തിന്റേയോ പ്രശസ്തിയുടേയോ പുരസ്കാരപ്പെരുമയുടേയോ പിൻബലത്തിൽ വൻകിട കോർപ്പറെയ്റ്റ് പ്രസാധകരുടേയും പ്രബലമായ രാഷ്ട്രീയാധികാരശക്തി കൈയാളുന്നവരുടേയും സ്പോൺസർഷിപ്പിൽ വെളിച്ചം കാണുന്ന അസംഖ്യം രചനകളുടെ ലോകത്ത് പേരിനെങ്കിലും സാന്നിദ്ധ്യം വിളിച്ചറിയിക്കുന്ന പുതിയ വിമർശന കൃതികളെത്രയുണ്ട്? ഗ്രന്ഥശാലകളുടേയും ഒറ്റപ്പെട്ട വ്യക്തികളുടേയും ആവശ്യത്തിന് ഒരു തലമുറ മുമ്പ് പുറത്തിറങ്ങിയ നിരൂപണ ക്ലാസിക്കുകളും (പകർപ്പവകാശ) കാലാവധി കഴിഞ്ഞതും കഴിയാത്തതുമായ മറ്റ് അപൂർവ്വം കൃതികളും (മുമ്പ് പ്രസിദ്ധീകരിച്ച നാളും വർഷവും ഒളിച്ച് വെച്ച്) വർത്തമാന നിരൂപണത്തിന്റെ ദാരിദ്ര്യം മറച്ചുപിടിക്കാനെന്ന മട്ടിൽ ഏറെ സാഹസപ്പെട്ട് പലരും പുറത്തിറക്കുന്നുണ്ട്. മലയാളത്തിന്റെ പ്രായശ്ചിത്തമായി ഈ പഴയ നിരൂപണ ക്ലാസ്സിക്കുകളുടെ പുനഃപ്രസിദ്ധീകരണത്തെ കണക്കാക്കുകയാവും ഉചിതം.

(ഏപ്രിൽ 2023)

സാഹിത്യം സംസ്കാരം സമൂഹം

ഒന്ന്

സാഹിത്യം നമ്മുടെ സമൂഹത്തിൽ ഒരു സംഭാഷണ വിഷയം പോലും അല്ലാതായിത്തീരുകയാണ്. ഇക്കാര്യം അറിയാത്തത് സാഹിത്യകാരന്മാർക്ക് മാത്രമാണ്. നമ്മുടേത് പോലുള്ള ഒരു 'സാക്ഷര സമൂഹ'ത്തിന് വന്നു ഭവിക്കാവുന്ന വലിയ വിപര്യയമാണിത്. നഷ്ടബോധം മാത്രമുണർത്തുന്ന കുറെ ഓർമ്മകളായി സാഹിത്യത്തെ മനസ്സിൽ കൊണ്ടുനടക്കുന്ന ഒരു സമൂഹത്തിൽ നിന്ന് ഒരാൾക്ക് അധികമൊന്നും പ്രതീക്ഷിക്കാനില്ല. ചിന്തയേയും കാഴ്ച്ചപ്പാടുകളേയും സർഗ്ഗാത്മക ഭാവനയേയും തന്നിലേക്ക് ചുരുക്കാനും ലോകത്തെ ഒറ്റയാൾ മാത്രം അധിവസിക്കുന്ന ഒരിടമായി സങ്കൽപ്പിക്കാനുമാണ് ഇന്ന് അയാൾ ആദ്യംതൊട്ടേ പരിശീലിപ്പിക്കപ്പെടുന്നത്. സാഹിത്യത്തെക്കുറിച്ചുള്ള ചരിത്രപരവും ജൈവികവുമായ ബോധം നഷ്ടപ്പെട്ടുന്ന ഏതൊരു സമൂഹത്തിനും ഈയൊരു പരിണതിയെ നേരിടേണ്ടി വരുന്നു. തികച്ചും പൈതൃകമായി ആർജ്ജിക്കുകയും സമൂഹമനസ്സ് തലമുറകളായി കൈമാറുകയും ചെയ്തു പോന്ന നൈസർഗ്ഗികമായ സാഹിത്യാവബോധം അബോധത്തിൽ പോലും കടന്നു വരാതെ അതിനെ ആട്ടിയകറ്റുന്ന അവസ്ഥയാണ് സൃഷ്ടിക്കപ്പെട്ടു കൊണ്ടിരിക്കുന്നത്.

സാഹിത്യവും കലയും ഒറ്റയായ ചില വ്യക്തികളെ ബാധിക്കുന്ന രോഗാവസ്ഥയാണെന്ന് സമൂഹം വിശ്വസിക്കുന്ന ഒരു സാഹചര്യമാണ്

ഇപ്പോൾ ഉണ്ടായി വരുന്നത്. അധികാര സ്ഥാപനങ്ങളും വിദ്യാഭ്യാസ വിനിമയ തൊഴിൽ വ്യവസ്ഥകളും അങ്ങനെ വിശ്വസിക്കാൻ ഓരോ വ്യക്തിയേയും നിർബന്ധിക്കുന്നു. അക്ഷരത്തെ നിത്യോപയോഗത്തിനും പരസ്പര വിനിമയത്തിനും ഉതകുന്ന പൊതുവായ ഉപാധിയായി മാത്രം പരിചയിച്ചു പോരുന്ന സമൂഹം കവിതയേയും കഥയേയും മറ്റ് വിവിധ സാഹിത്യ വിനിമയങ്ങളേയും ഗുണദോഷ നിർണ്ണയം ചെയ്ത് സവിശേഷ രൂപത്തിൽ സ്വീകരിക്കുമെന്ന് പ്രതീക്ഷിക്കുന്നത് കടന്ന കൈയാണ്. സാഹിത്യ വായനയിലും പഠനത്തിലും വിവിധ കലാ വിനിമയ രൂപങ്ങൾ അഭ്യസിക്കുന്നതിലും മുഴുകിയ ഒരു തലമുറ എന്നേക്കുമായി അന്യം നിന്നുപോവുകയാണ്. മനുഷ്യന്റെ ഭാവനാത്മക ലോകം നിസ്സാരവും പ്രായോഗികലോകം സാരമുള്ളതുമായി നിർണ്ണയം ചെയ്യപ്പെടുകയാണ്. അധികാരശക്തി പ്രയോഗിക്കുന്ന സാമൂഹ്യ വർഗ്ഗങ്ങൾക്കും വിഭാഗങ്ങൾക്കും തീരെ വേണ്ടാതാകുന്നതോടുകൂടി ഭാവനാത്മക ലോകം പുതിയ കുടിയേററക്കാരില്ലാതെ ആളൊഴിഞ്ഞ അവസ്ഥയിലാവുന്നു. സാഹിത്യം നഷ്ടക്കച്ചവടമാണെന്ന പൊതുബോധമാണ് ഇന്ന് സമൂഹത്തിൽ പ്രാമാണ്യം നേടുന്നത്.

രണ്ട്

സാഹിത്യത്തെ തീർത്തും അപ്രധാനമായ ഒരു വ്യവഹാരരൂപമായി മാത്രം കണക്കാക്കുന്ന മറ്റൊരു തലമുറയെയാണ് വർത്തമാനകാലത്തെ എഴുത്തുകാരന് അഭിമുഖീകരിക്കേണ്ടി വരുന്നത്. കമ്പ്യൂട്ടർവൽക്കരണവും ഡിജിറ്റൽ വിനിമയ വ്യവസ്ഥയും ദൃശ്യവും ശ്രാവ്യവുമായ വാർത്താ വിക്ഷേപണ വിതരണ ശൃംഖലകളുമെല്ലാം ചേർന്ന് സൃഷ്ടിക്കുന്ന അത്യന്തം വിഭ്രാമകമായ ഒരു മാനസിക പ്രപഞ്ചത്തിലാണ് സമൂഹമനസ്സ് നിലനിൽപ്പിന്റെ അർത്ഥം അന്വേഷിക്കുന്നത്. സാഹിത്യപ്രപഞ്ചവും അതിന്റെ വായനയും പഠനവുമെല്ലാം അവർക്ക് തികച്ചും അന്യമാകുന്നത് സ്വാഭാവികമാണ്. സാമൂഹ്യ മാധ്യമങ്ങൾ മുഖേന പരിചയപ്പെടുന്ന ഫെയ്സ്ബുക്ക് ഉൾപ്പെടെയുള്ള അത്യന്തം ചലനാത്മകങ്ങളായ ആവിഷ്കാര രൂപങ്ങളും നൂതന യൂട്യൂബ് ട്വിറ്റർ പോസ്റ്റുകളും മറ്റും അധികം ആയാസപ്പെടാതെ തപ്പിയെടുക്കാം. അവയിലൂടെ സ്വന്തമായി ഒരു ആവിഷ്കാരരൂപം സംയോജിപ്പിച്ച് എടുക്കാൻ അധികം മിനക്കെടേണ്ടതില്ല. അക്ഷരത്തിന്റെ കലയ്ക്ക് പകരം നിൽക്കാൻ തന്റേതായ ഒരു സാങ്കൽപ്പിക സ്വർഗ്ഗം നിർമ്മിച്ചെടുക്കാനാണ് ശ്രമം. തങ്ങൾക്ക് ആവശ്യമായ 'സ്വാശ്രയലോകങ്ങൾ' സാങ്കേതികവിലൂടെ ഉണ്ടാക്കിയെടുക്കുകയാണ് സാമൂഹ്യ മാധ്യമ പ്രവർത്തകർ. അതാത് മേഖലകളിലുള്ള അവരുടെ പ്രാഗത്ഭ്യം 'അയഥാർത്ഥ'മായാലെന്ത്?

യാഥാർത്ഥ്യത്തേക്കാൾ തിളക്കം പുതുതായി ഉണ്ടാക്കിയെടുക്കുന്ന 'അയഥാർത്ഥ' രൂപത്തിനുണ്ട്.

'മൗലികത'യും 'ആദർശാത്മകത'യും സാഹിത്യം പ്രചരിപ്പിക്കുന്ന 'അസത്യങ്ങൾ' മാത്രമായി വിശ്വസിക്കപ്പെടുന്ന കാലത്താണ് പുതിയ മൂല്യബോധവും സത്യവും തേടേണ്ട ചുമതല സാഹിത്യത്തിന്റേത് മാത്രമായി പരിമിതപ്പെട്ടു പോകുന്നത്. തികച്ചും മാനുഷികവും പ്രാക്തനവുമായ ദുഃഖത്തിന്റെയും അതിരുകളില്ലാത്ത കാരുണ്യത്തിന്റേയും ഓർമ്മകൾ ഒന്നൊന്നായി സമൂഹമനസ്സുകളിൽ തുടച്ചു നീക്കപ്പെടുകയാണ്. ഇവിടെ 'കവിതയുടെ സ്വർഗ്ഗം' എന്നേക്കുമായി നഷ്ടമായെങ്കിലെന്ത്? ജനമനസ്സുകൾക്ക് ഓർമ്മയിൽ നിന്ന് മാത്രമല്ല, സ്വന്തം മനസ്സിന്റെ ഭാരത്തിൽ നിന്ന് അസാദ്ധ്യമെന്ന് തോന്നിയ അന്തിമമായ 'വിമോചനം' എന്നന്നേക്കുമായി 'സാദ്ധ്യ'മായിത്തീർന്നിരിക്കുകയാണല്ലോ!

ചരിത്രപരമായി സ്വന്തം ഭാഷയോടും സാഹിത്യത്തോടും കൃതഘ്നത കാട്ടുന്നതിൽ നമുക്ക് ദീർഘകാലത്തെ പാരമ്പര്യമുണ്ട്. ഇകഴ്ത്തപ്പെട്ട പാവം മലയാളത്തിന്റെ കരച്ചിൽ കുഞ്ചന്റെ തുള്ളലുകളിൽ പൊട്ടിച്ചിരികളായി. പതിത്വം മാറ്റാൻ സംസ്കൃതവുമായി ചേർന്ന് കാലത്തിനും ദേശത്തിനും അനുസരിച്ച് പലവിധ വേഷങ്ങൾ കെട്ടിയാടി. പട്ടിണിയുടെ ദരിദ്രമായ സ്വരം യാതൊരു മറയും കൂടാതെ രാമപുരത്ത് വാരിയരുടെ വരികൾ വഞ്ചിപ്പാട്ടിന്റെ ഈണത്തിൽ കേൾപ്പിച്ചു. ഉണ്ണായിയുടെ ആട്ടക്കഥ സംസ്കൃത പ്രാഗത്ഭ്യത്തെ ശ്ലോകങ്ങളിൽ ചുരുക്കുകയും മലയാളത്തിന്റെ ചൈതന്യത്തിന് സംഭാഷണ രൂപം നൽകുകയും ചെയ്തു. കിളിപ്പാട്ടിന്റെ ആർദ്രമായ നാദത്തിൽ തുഞ്ചന്റെ കാവ്യ ഭാഷ അന്വേഷിച്ചുഴറിയത് ഭാഷയുടെ നഷ്ടപ്പെട്ട ആത്മാവിനെ. സി.വി.യുടെ ആഖ്യാന ഭൂമിക സംസ്കൃതത്തിന്റെ ഗരിമയെ നാടൻ പദങ്ങളുടെ ലാളിത്യം കൊണ്ട് എതിരിട്ടു. മലയാളത്തനിമയെ സംസ്കൃതത്തിന്റെ വരേണ്യതയുമായി തുലനം ചെയ്യാൻ പത്തൊൻപതാം ശതകത്തിന്റെ അന്ത്യപാദത്തോടെ ഇന്ദുലേഖാ നോവൽ ധൈര്യപ്പെടുകയും ചെയ്തു.

അറിയപ്പെടുന്ന ചരിത്രത്തിലുടനീളം സ്വന്തം ഭാഷയോടും സാഹിത്യത്തോടും കേരളം കാട്ടിയ കൃതഘ്നതയെ അതാതു കാലം നേരിട്ടതും ജീവിപ്പിച്ച് നിലനിർത്തിയതും സാഹിത്യഭാവനയാണെന്ന യാഥാർത്ഥ്യം ഇന്ന് മറന്നുകളയാൻ പാടില്ലാത്തതാണ്.

മൂന്ന്

സമ്പൂർണ്ണ സാക്ഷരതയിൽ അഭിമാനം കൊള്ളുന്ന മൂന്നര കോടി ജനങ്ങൾ പാർക്കുന്ന ഒരിടത്ത് സാഹിത്യഭാവന അന്യം

നിന്നുപോകുന്നുവെന്ന് പറയുന്നതിൽ എന്തോ വല്ലതായ അപാകത യുണ്ട്. കാണികളുടെ കണക്കിലും പെരുപ്പത്തിലും ഊറ്റം കൊള്ളുന്ന ഫെയ്സ്ബുക്ക് ഉൾപ്പെടെയുള്ള സാമൂഹ്യ മാദ്ധ്യമങ്ങളിലെല്ലാം രചനകൾ വന്നു നിറയുന്നുണ്ട്. ദൃശ്യ ശ്രാവ്യ മാദ്ധ്യമങ്ങളുടെ പിൻബല ത്തോടെയുള്ള ആവിഷ്കാരരൂപങ്ങൾ ഭാവനയുടെ മേൽവിലാസ ത്തിൽ കണ്ണും കാതും തുളച്ച് കടന്നാക്രമണം തുടരുന്നുണ്ട്. മുമ്പൊരിക്ക ലുമില്ലാത്ത വിധത്തിൽ പരിമിതമായ പ്രചാരം മാത്രമുള്ള ഇടത്തരവും ചെറുകിടയുമായ ഓൺലൈൻ അച്ചടി ശാലകൾ മുതൽ വൻതോതിൽ പ്രചാരം അവകാശപ്പെടുന്ന കോർപ്പറെയ്റ്റ് സ്ഥാപനങ്ങൾവരെ ഇടമു റിയാതെ സ്വന്തം പ്രസിദ്ധീകരണങ്ങളിറക്കുന്നുണ്ട്. എന്നിട്ടും നടുവൊടി ഞ്ഞ അക്ഷരക്കൂട്ടങ്ങളുടെ കൂനിപ്പോയ മുതുകത്തിരുന്ന് മലയാള ഭാവന എന്താണ് പതിഞ്ഞ സ്വരത്തിൽ മന്ത്രിക്കുന്നത്? എന്തുകൊണ്ടാണ് അത് കിതയ്ക്കുന്നത്?

സാഹിത്യം എന്ന വിശേഷണത്തോടെ ഇന്ന് എഴുതപ്പെടുന്നതെ ല്ലാം സാഹിത്യമാണെന്ന് ഉറച്ചുവിശ്വസിക്കുന്ന ആളെ സംബന്ധിച്ചിട ത്തോളം ഇവിടെ യാതൊരു 'സാഹിത്യ പ്രതിസന്ധി'യുമില്ല.

യാന്ത്രികഭാവനയുടേയും അടിമമനസ്ഥിതിയുടേയും അദ്ധ്വാന ഫലമായി പിറന്നുവീഴുന്ന ചാപിള്ളകളേയാണ് ദിവ്യാവതാരങ്ങളായി ഔദ്യോഗിക സമിതികളും കോർപ്പറെയ്റ്റ് പ്രസാധകരും ആനുകാലിക ലോകത്തെ മാധ്യമഭീമന്മാരും കൊണ്ടാടുന്നത്.സമീപഭൂതകാലത്തിന്റെ സാഹിത്യ ചരിത്രത്തെക്കുറിച്ച്പോലും അജ്ഞരായ വായനക്കാർക്ക് മാത്രമേ മതിമറന്നുള്ള ഈ 'സാഹിത്യോത്സവ'ത്തിൽ ആനന്ദം കാണാൻ കഴിയുകയുള്ളു. ആഗോളീകൃതകാലത്തെ രാഷ്ട്രീയവും കലയും സാഹിത്യവും സംസ്കാരവുമെല്ലാം ചരിത്ര ശൂന്യതയിലാണ് തഴച്ചുവളരു ന്നത്. ചരിത്ര ശൂന്യതയിൽ ഉണ്ടാവുകയും വളരുകയും അഭിവൃദ്ധിപ്പെ ടുകയും ചെയ്യുന്നതിനെയാണ് 'അരാഷ്ട്രീയ' കാലത്തെ മൂല്യബോധം സാഹിത്യ വികാസമെന്നും പുരോഗതിയെന്നും വിളിക്കുന്നത്. വെറും പൂജ്യത്തിൽ നിന്ന് തുടങ്ങാനും പൂജ്യത്തിൽത്തന്നെ ഒടുങ്ങാനും കഴിവ് തെളിയിച്ചവരെയാണ് മേലാളർ എക്കാലവും പൂജ്യരായി കൊണ്ടാ ടുന്നത്. ചരിത്രത്തിന്റെ ഈ ആവർത്തനം ആരെയും വിഭ്രമിപ്പിക്കേ ണ്ടതില്ല.

ഭിന്നസംസ്കാരങ്ങളുടേയും വ്യത്യസ്ത ഭാഷകളുടേയും പലകാലങ്ങളി ലായുള്ള കൂടിച്ചേരലുകളാണ് ഇന്ന് നാമറിയുന്ന മലയാളത്തെ സൃഷ്ടി ച്ചത്. ചരിത്ര സംഭവങ്ങളുടെ അനന്തര ഫലമായുണ്ടായവയാണ് ഈ

കൂടിക്കലരുകൾ. ആകസ്മികതയെ ജീവിതവഴിയായി സ്വീകരിക്കാനുള്ള സന്നദ്ധത കേരളീയ സമൂഹത്തിന് ചരിത്രത്തിൽ നിന്ന് പകർന്നു കിട്ടിയതാണ്. അയൽദേശ സമൂഹങ്ങളും ഭാഷകളും അതാതിടത്ത് ഖരാവസ്ഥ പൂണ്ടിരുന്നപ്പോഴും കേരളം അസ്ഥിരതയേയും യാദൃച്ഛികതയേയും അനിവാര്യമായ ജീവിത നിയമമായി സ്വീകരിച്ചു. നിന്നേടത്തുറച്ചു പോകാതെ ദ്രവരൂപത്തിൽ ഒഴുകാനും മാറിക്കൊണ്ടേയിരിക്കാനും സാധിക്കുന്ന സമൂഹമനസ്സ് നൂറ്റാണ്ടുകളുടെ പരിണാമ ഫലമായാണ് കേരളത്തിന് സ്വായത്തമായത്. ക്ലാസ്സിക്കൽ ഭാഷാ സാഹിത്യ സങ്കൽപ്പങ്ങളുമായി എളുപ്പത്തിൽ ഇണങ്ങിച്ചേരാൻ കൂട്ടാക്കാത്ത കലഹ മനോഭാവവും എതിരിട്ട് നിൽക്കാനുള്ള ആർജ്ജവത്വവും മലയാളത്തിന്റെ 'തനിമ'യായിത്തീർന്നത് ഒട്ടും സ്വാഭാവികമായ വഴികളിലൂടെയായിരുന്നില്ല. സംസ്കാരങ്ങളുടെ സങ്കലനഫലമായി ജന്മം കൊണ്ട തനിമക്ക് സവിശേഷമായ സങ്കര സ്വഭാവമാണുള്ളത്. ഒറ്റ നോട്ടത്തിൽ ലാളിത്യമായും സ്വാഭാവികതയായും ഇത് തെറ്റിദ്ധരിക്കപ്പെട്ടിട്ടുണ്ട്.

സാഹിത്യത്തിന്റെ കാലം കഴിഞ്ഞതാണ് അതിനോടുള്ള സമൂഹത്തിന്റെ മനോഭാവത്തിന് കാരണമെന്ന് എറിക് ഹോബ്സാമിനെപ്പോലുള്ള ചരിത്രകാരന്മാർ ഈ നൂറ്റാണ്ടിന്റെ ആരംഭത്തിൽ എഴുതാനിടയായതിനെയാണ് (Fractured Times 2013) നമ്മുടെ ചില സാമൂഹ്യശാസ്ത്രകാരന്മാർ ആധികാരിക മാതൃകയാക്കുന്നത്. പടിഞ്ഞാറൻ സമൂഹത്തെ അടിസ്ഥാനമാക്കി ഹോബ്സ്ബാം ഇതെഴുതിയപ്പോഴും അതിൽ പിന്നീടും ഇംഗ്ലീഷ് ഉൾപ്പെടെയുള്ള പാശ്ചാത്യ ഭാഷകളിലെ സാഹിത്യ രചനകളുടെ ആപേക്ഷിക പ്രാധാന്യം കുറഞ്ഞത് മാത്രമേ പരിഗണനയിലെടുത്തിരുന്നുള്ളു. ഇന്ന് മലയാളം എത്തിപ്പെട്ട അപചയാവസ്ഥ അതിന് സമാനമായ ഒന്നല്ല. സാഹിത്യ രൂപങ്ങളുടെ പ്രസക്തിയേയും പ്രാധാന്യത്തേയും തീർത്തും അഗണ്യകോടിയിൽ തള്ളാൻ മടിയില്ലാത്ത ഒരു അലസസമൂഹമായി നാം മാറിയതിന് മറ്റു ന്യായങ്ങൾ കണ്ടെത്തേണ്ടി വരും. ചരിത്രപരമായും ജൈവികമായും കേരളജനതയുടെ രൂപീകരണത്തിൽ ഭാഷയും സാഹിത്യവും നിർവ്വഹിച്ച ദൗത്യത്തെക്കുറിച്ചുള്ള പൂർണ്ണമായ നിരക്ഷരത നമ്മെ കീഴ്പ്പെടുത്തി എന്നാണ് മനസ്സിലാക്കേണ്ടത്. സങ്കീർണ്ണമായ കാരണങ്ങൾ കൊണ്ടാണ് സാഹിത്യഭാവുകത്വം നമുക്ക് വേണ്ടാതായതെന്ന് മനസ്സിലാക്കാനെങ്കിലും നമുക്ക് കഴിയേണ്ടതാണ്. കേവലമായ അക്ഷര ജ്ഞാനംകൊണ്ട് വീണ്ടെടുക്കപ്പെടുകയില്ല നഷ്ടപ്പെട്ട സാഹിത്യപൈതൃകം. അതേക്കുറിച്ചുള്ള മറവിപോലും ആഘോഷമാക്കുകയാണ് നമ്മുടെ വിദ്യാഭ്യാസ വ്യവസ്ഥ.

ഉദ്യോഗസ്ഥ പ്രമാണിക്കും രാഷ്ട്രീയ നേതാവിനും സിനിമാ കലാകാരനുമൊപ്പം സെലിബ്രിറ്റിയായി എഴുത്തുകാരനെയും പരിഗണിക്കുന്ന ഒരു സമൂഹത്തിൽ സാഹിത്യം അവഗണിക്കപ്പെടുന്നു എന്നു പറയുന്നതിന് വിശ്വാസ്യതയുണ്ടാവാൻ വിഷമമാണ്. മലയാളത്തിൽ ഔദ്യോഗികമായും അല്ലാതെയും നൽകപ്പെടുന്ന പുരസ്കാരങ്ങളുടെ കണക്കെടുപ്പ് എളുപ്പമല്ല. ജനസംഖ്യ അടിസ്ഥാനപ്പെടുത്തി നോക്കിയാൽ ആളോഹരി അവാർഡുകളുടെ എണ്ണത്തിൽ ലോകത്ത് ഏതെങ്കിലും ഭാഷക്ക് മലയാളത്തെ മറികടക്കാനാവുമോ എന്ന് സംശയമുണ്ട്. നവമുതലാളിത്തം വെച്ചുനീട്ടുന്ന പുരസ്കാരത്തിളക്കത്തിൽ നിരുപദ്രവികളായവരെ ഉപ്പുഭരണിയിലാക്കിയും കാഴ്ചപ്പണ്ടമാക്കിയും മാറ്റുന്ന പ്രക്രിയയാണ് അരങ്ങേറുന്നത്. ലഭിക്കുന്ന പുരസ്കാരങ്ങൾ കൊണ്ട് എഴുത്തിന്റെ മൂല്യം ഗണിച്ചെടുക്കുന്ന ഒരു സമൂഹത്തിന്റെ പ്രാകൃതമായ സാഹിത്യാവബോധത്തെ നമ്മളെങ്ങനെയാണ് വിലയിരുത്തേണ്ടത്? മലയാള സാഹിത്യ ചരിത്രത്തെക്കുറിച്ച് തീർത്തും അജ്ഞരായ ആളുകൾക്ക് മാത്രമേ പണ്ടത്തെ 'പട്ടുംവളയും' സംസ്കാരത്തിന്റെ ഇന്നത്തെ നേരവകാശികളെക്കുറിച്ച് മതിപ്പ് തോന്നുകയുള്ളൂ. 'ദീപസ്തംഭം മഹാശ്ചര്യം' കഥയിലെ മനംമടുപ്പിക്കുന്ന ഈ പുനരവതാരങ്ങൾ മരിച്ച് ജീവിക്കുന്ന സമകാലിക മലയാളഭാവനക്ക് അപമാനകരമാണ്.

(ജനുവരി 2023)

മലയാള നോവലിലെ 'അമേധ്യവർഷങ്ങൾ'

ഒന്ന്

ബെന്യാമിന്റെ 'മാന്തളിരിലെ 20 കമ്യൂണിസ്റ്റ് വർഷങ്ങൾ' (2017) എന്ന നോവൽ രചനയെ മലയാള നോവൽ ലോകത്തിലെ 'അമേധ്യ വർഷങ്ങളെ'ന്നല്ലാതെ മറ്റേതുവിധത്തിൽ വിശേഷിപ്പിക്കണമെന്ന് അറിയുന്നില്ല. ഈ വിശേഷണം അസ്ഥാനത്താണെന്ന് ആത്മാർത്ഥമായി കരുതുന്ന നോവൽ വായനക്കാരെ ഉദ്ദേശിച്ചാണ് വിമർശകന്റെ വായനാനുഭവങ്ങൾ ഇവിടെ പങ്കുവെക്കാനൊരുങ്ങുന്നത്. പുസ്തകത്തെയും രചയിതാവിനെയും കുറിച്ചുള്ള മുൻവിധികൾക്ക് ഒരു നിശ്ചിതകാലത്തിനപ്പുറം ആയുസ്സുണ്ടാകില്ല. മലയാളത്തിലെ ചില രചനകളുടെ ഗംഭീരമായ 'മഹദ്ച്ചരിതങ്ങൾ' തന്നെ ഇതിന് തെളിവുകളാവുന്നുണ്ട്. പുസ്തകം പ്രസിദ്ധീകരിച്ച ശേഷം കൃതിക്ക് കിട്ടിയതായി പ്രസാധകർ അവകാശപ്പെടുന്ന സ്വീകാര്യതയുടെയും അംഗീകാരത്തിന്റെയും ഊതിവീർപ്പിച്ച കണക്കുകളാണ് യഥാർത്ഥത്തിൽ ഇവിടെ വിനയായിത്തീരുന്നത്. 2021-ലെ മൂന്നാം പതിപ്പ് എന്ന് (അകത്ത്) സ്വയം വിശേഷിപ്പിച്ചിറങ്ങുന്ന നോവൽ അതിന്റെ പുറം ചട്ടയിൽ പ്രാധാന്യത്തോടെ കുറിച്ച് വെക്കുന്നത് ഒമ്പതാംപതിപ്പെന്നാണ്. ഈ വൈരുദ്ധ്യത്തെ കുയുക്തികൾ കൊണ്ട് പ്രസാധകൻ ന്യായീകരിക്കുമ്പോഴേക്കും പുസ്തകത്തിന്റെ പരസ്യവാചകം ഉപഭോക്താവായ വായനക്കാരന്റെ വഴി തെറ്റിച്ചു കഴിഞ്ഞിരിക്കും. കാര്യങ്ങൾ

അങ്ങനെയൊക്കെയാണ് ഇപ്പോൾ സംഭവിച്ചു കൊണ്ടിരിക്കുന്നത്. പുസ്തകപ്രചാരവും അംഗീകാരവും വർദ്ധിപ്പിക്കാൻ എഴുത്തുകാർക്കുള്ള തിന്റെ പത്തിരട്ടി താൽപ്പര്യം പ്രസാധകർക്കാണ്. കാരണം വിപണി യിയിൽ എഴുത്തുകാർക്കുള്ളതിന്റെ പത്തിരട്ടി ലാഭമൂല്യം യാതൊരു കുറ്റബോധവുമില്ലാതെ കവർന്നെടുക്കുന്നവർ പ്രസാധകരാണ്.

രചനയുടെ ലോകം സർഗ്ഗാത്മകതയുടേയും യാഥാർത്ഥ്യങ്ങളുടേയും സത്യസന്ധതയുടേയും മാത്രം ലോകമല്ലാതായി മാറിക്കഴിഞ്ഞുവെന്ന് പാവം വായനക്കാർ തിരിച്ചറിഞ്ഞുവെന്നു വരില്ല; പക്ഷെ നിരൂപകൻ അത് തിരിച്ചറിഞ്ഞേ പറ്റൂ. ഒഴിഞ്ഞ കടലാസ്സിൽ കുറിക്കുന്ന നിഷ്ക്കളങ്ക മായ വാക്കുകളുടെ സ്ഥാനം, അവസരവാദത്തിന്റേയും കുടിലതയുടേയും രാഷ്ട്രീയ കാപട്യങ്ങളുടേയും കറപുരണ്ട വാക്കുകൾ സ്വന്തമാക്കിയിരി ക്കുന്നു. ബെന്യാമിന്റെ നോവൽ രചനകൾ ഇക്കാര്യത്തിൽ തനിച്ചല്ല. മുഖ്യധാരാ എഴുത്തെന്ന പേരിൽ പ്രസിദ്ധിയുംഅംഗീകാരവും വിപണിലാഭവും പങ്കുപറ്റുന്ന വലിയൊരു വിഭാഗംസാഹിത്യകാരന്മാ രുംഅവരുടെ പ്രസാധകരും ഈ ഗണത്തിൽപ്പെടുന്നുണ്ട്. അവരെ സമഗ്രമായെന്ന പോലെ സൂക്ഷ്മമായും മനസ്സിലാക്കാൻ 'മാന്തളിരിലെ കമ്യൂണിസ്റ്റ് വർഷങ്ങൾ' ഇവിടെ 'ഉത്തമ' മാതൃകയാവുകയാണ്. നമ്മുടെ കാലഘട്ടത്തിൽ വിപണിമൂല്യവും ലാഭസാദ്ധ്യയും ജനപ്രിയ ത്വവുംഅധികാര പ്രീണനവുമെല്ലാം ചുരുങ്ങിയ കാലയളവിൽ വലിയ മുതൽമുടക്കില്ലാതെ എളുപ്പത്തിൽ ഒറ്റയടിക്ക് എങ്ങനെ നേടിയെടു ക്കാൻ കഴിയുമെന്നതിന്റെ പ്രത്യക്ഷ മാതൃകയായാണ് ബെന്യാമിൻ നോവലിനെ കാണുന്നത്.

രണ്ട്

നോവലിസ്റ്റ് ആമുഖമായി കുറിക്കുന്നത് ഇങ്ങനെയാണ്: 'മലയാ ളത്തിൽ പ്രാദേശിക നോവൽ ഒരു ഹരമാകുന്നതിനും ഏറെ മുൻപേ 2005-ൽ ആണ് 'അക്കപ്പോരിന്റെ ഇരുപത് നസ്രാണി വർഷങ്ങൾ' എന്ന പേരിൽ മാന്തളിർ കഥകളുടെ ഒന്നാം ഭാഗം നോവൽ രൂപത്തിൽ എഴുതിത്തുടങ്ങുന്നത്. മാന്തളിർ കഥകൾക്ക് നാല് 'ഇരുപതുകൾ' ഉള്ള ഒരു 'നോവൽ സഞ്ചയം' അന്നേ മനസ്സിലുണ്ടായിരുന്നു. എന്തുകൊണ്ട് 'ഇരുപത് വർഷങ്ങൾ' എന്നാരാഞ്ഞാൽ മനുഷ്യജീവിതത്തെ ഇരുപത് വർഷങ്ങൾ വീതമുള്ള പല ഘട്ടങ്ങളായി സങ്കൽപ്പിക്കാനാണ് എനി ക്കിഷ്ടം.

ആമുഖക്കുറിപ്പിൽ ('മാന്തളിർ ദേശത്തിന് ഒരു മുഖവുര') ഗ്രന്ഥകാരൻ നോവലിന്റെ ദേശ കാല പരിഗണനകളെ

വിശദീകരിക്കുന്നതിനിടയിലാണ് മലയാളത്തിലെ പ്രാദേശിക നോവലുകളെക്കുറിച്ചുള്ള തന്റെ അജ്ഞത ഇത്രയും നിഷ്കളങ്കമായി പ്രകടിപ്പിക്കുന്നത്. ബെന്യാമിൻ, സ്വന്തം രചനയുടെ സന്ദർഭത്തിൽ വെച്ചു പുലർത്തിയ അജ്ഞതക്കും നോവൽ ചരിത്രക്കുറിച്ചുള്ള ഭീമമായ നിരക്ഷരതക്കും വിമർശനപരമായ നമ്മുടെ വായനയെ രക്ഷിക്കാൻ കഴിയില്ല. കാരണം നോവലിന്റെ രചയിതാവിനെപ്പോലെ ഒഴിഞ്ഞ സ്ലെയിറ്റിൽ കാലത്തേയും ദേശത്തേയും അതിന്റെ ദർശനങ്ങളേയും സമീപിക്കാൻ ഗൗരവപൂർണ്ണമായ നമ്മുടെ വായനക്കും വിമർശനത്തിനുംകഴിയില്ല. ഏറിയുംകുറഞ്ഞും നാളിതുവരേയുള്ള നമ്മുടെ നോവലെഴുത്തുകാർ പ്രാദേശിക ചരിത്രത്തിന് നൽകിയ അളവറ്റ പരിഗണനകൾക്കും പരിചരണങ്ങൾക്കും നടുവിലാണ് മാന്തളിർ കഥാകാരന്റെ വികലമായ നോവൽ ബോധം ഉയിരെടുക്കുന്നത്. നോവലിന്റെ ചരിത്രവുംദേശത്തിന്റെ ചരിത്രവും ഒരുപോലെ 'ചരിത്ര'ശൂന്യമായിത്തീരുന്ന (ചലന രഹിതവും!) നമ്മുടേത് പോലുള്ള ഒരു കാലത്ത് വായനക്കാരും നിരൂപകരുമെല്ലാംഒഴിഞ്ഞ സ്ലെയിറ്റിൽ കാര്യങ്ങൾ കാണാൻ പ്രാപ്തി നേടുകയാണ് പ്രധാനമെന്ന് വരുന്നു. അങ്ങനെയൊരു ജീവിത ബോധം പ്രാമാണ്യം നേടുമ്പോൾ മാന്തളിരിന്റെ ഉള്ളു പൊള്ളയായ 'മൗലിക' വീക്ഷണവും ചരിത്രമില്ലായ്മ'യും നോവൽ ചരിത്രത്തിന്റെ അത്ഭുതങ്ങളാണെന്ന രീതിയിലുള്ള പ്രസാധകന്റെ അവകാശവാദങ്ങൾക്ക് സാർവ്വത്രികമായ അംഗീകാരവും സ്വീകാര്യതയുംകൈവരുന്നു. അതിന്റെ പിന്നാലെ പോകാനും കബളിപ്പിക്കപ്പെടാനും നിർബ്ബന്ധിതരാവുന്ന നിസ്സഹായരായ ഉപഭോക്താക്കളുടെ അധമർണ്ണ്യസ്ഥാനമേ വായനക്കാർക്ക് ഇന്നുള്ളുവെന്നും വരുന്നു.

യഥാർത്ഥത്തിൽ ജീവിതം വലിയൊരു ദുരന്തമായിത്തീരുന്ന ഇന്നത്തെ അവസ്ഥയിൽ എഴുത്ത് അതിനെ പരിഹസിക്കുന്ന ഒരു തീവ്ര പ്രഹസനമായി മാറുകയാണ്. അങ്ങനെയൊരു സാംസ്കാരിക സന്ദർഭത്തിനു മാത്രമേ 'സുന്ദരികളുംസുന്ദരന്മാർക്കും' 'കയറിനും' 'മുത്തശ്ശിക്കും' 'അസുരവിത്തിനും' 'തട്ടക'ത്തിനും 'ആരോഹണ'ത്തിനും ശേഷംഅതെല്ലാം മറ്റിനിർത്തി പിൻവലിച്ചിട്ടും ഒഴിഞ്ഞ ഒരു താളിൽ മാന്തളിരിന്റെ 'അസംബന്ധ പ്രഹസന'ങ്ങളെ പുരസ്കാരങ്ങൾ കൊണ്ട് മൂടാനും ഉദാത്ത രചനകളെന്ന പേരിൽ വാഴ്ത്താനും കഴിയുകയുള്ളൂ. സമൂഹമനസ്സുകളെ എന്ന പോലെ സാഹിത്യ മനസ്സുകളേയും മറവി രോഗംകീഴ്പ്പെടുത്താം എന്നതിന്റെ ലക്ഷണമൊത്ത തെളിവുകളാകുന്നുണ്ട് ഇതെല്ലാം.

മൂന്ന്

മറ്റേത് വിപണി വസ്തുക്കളേയും പോലെ വാക്കുകളുടേയും നിശ്ശബ്ദതകളുടേയും കലയായ സാഹിത്യവുംഇക്കാലത്ത് നിർമ്മിക്കപ്പെടുന്നത് വിജയസാദ്ധ്യതകൾ കണക്കിലെടുത്ത് തിരഞ്ഞെടുക്കുകയും സവിശേഷമായ അനുപാതത്തിൽ കൂട്ടിച്ചർക്കുകയുംചെയ്യുന്ന നിശ്ചിത ചേരുവകളെക്കൊണ്ടാണ്. മറയില്ലാതെ ചലച്ചിത്രത്തിലും സംഗീതത്തിലും ചിത്ര ശിൽപ്പകലകളിലും മറ്റും അംഗീകരിക്കപ്പെട്ടു കഴിഞ്ഞിരിക്കുന്ന ഈ മൂലധന സത്യം (തത്വം?) സാഹിത്യലോകത്തിനു മാത്രം ഒരിക്കലും ബാധകമല്ലാത്ത നിലയിൽ കലയ്ക്ക് പരിശുദ്ധി നിലനിർത്താനാവുമോ? മൂലധന താൽപ്പര്യങ്ങളെ ചെറുക്കുന്ന വിമോചന സ്വപ്നങ്ങൾക്ക് പോലും വില നിശ്ചയിക്കുന്ന അവസ്ഥയിലേക്ക് നമ്മുടെ നോവൽ സങ്കൽപ്പങ്ങൾ 'വളരുക'യാണെന്ന തെറ്റായ പാഠങ്ങൾ ('മാന്തളിർ പാഠങ്ങൾ'!) നമ്മുടെ ശുദ്ധമനസ്സുകൾക്ക് മറുമരുന്നുകളായിത്തീരേണ്ടതുണ്ട്.

നോവൽ പരമ്പര മുൻനിർത്തുന്ന '20' എന്ന സംഖ്യാസങ്കൽപ്പം പോലും അത്രയൊന്നും നിഷ്കളങ്കമല്ലെന്ന് സംശയിക്കുവാൻ '20 നസ്രാണി വർഷങ്ങൾ'ക്ക് പിൻഗാമിയായി വരുന്ന '20 കമ്യൂണിസ്റ്റ് വർഷങ്ങൾ' എന്ന ശീർഷകം കാരണമാകുന്നുണ്ട്. നോവലിന്റെ നിശ്ചിത ചേരുവയിൽ ക്രിസ്തീയസഭാവിശ്വാസങ്ങളും കമ്യൂണിസ്റ്റ് ആശയസങ്കൽപ്പങ്ങളും സമാസമം കൂടിച്ചേരുകയാണെന്നതിന്റെ പ്രതീതിയുണ്ടാക്കാൻ ഇരുപത് വർഷത്തിന്റെ ചാക്രികമായ ആവർത്തനമെന്ന നിലയിലുള്ള ആഖ്യാന ശീർഷകങ്ങൾ ഇടവരുത്തുന്നുണ്ട്. മതത്തോടും കമ്യൂണിസത്തോടും തുല്യമായ ആഖ്യാന നീതി പുലർത്തി എന്ന് വരുത്താനും നോവലെഴുത്തുകാരന്റെ കപട ബോധം മറച്ചുവെക്കാനും 'തുല്യ' സ്വഭാവത്തിലുള്ള നോവൽ ശീർഷകങ്ങൾ ധാരാളം മതിയാകും. തിരഞ്ഞെടുപ്പ് രാഷ്ട്രീയത്തിന്റെ വിജയത്തിനു വേണ്ടി വിശ്വാസ പ്രമാണങ്ങളുമായി സന്ധി ചെയ്യുന്ന ജാതി മത പാർട്ടികളുടേയും കമ്യൂണിസ്റ്റ് പാർട്ടികളുടേയും കൂട്ടുചേരുവകളെ ശക്തമായി ഓർമ്മിപ്പിക്കുന്നുണ്ട് ബെന്യാമിൻ നോവൽ സഞ്ചയത്തിന്റെ ശീർഷകങ്ങളും ആഖ്യാനത്തിലെ 'തുല്യനീതി വിഭജന'വും.

ബെന്യാമിൻ നോവലിലെ 'കമ്യൂണിസ്റ്റ് പാർട്ടി', കമ്യൂണിസ്റ്റ് ആശയ സങ്കൽപ്പനങ്ങളുടെയും 'കൃസ്തീയ സഭ' ക്രൈസ്തവ വിശ്വാസ പ്രമാണങ്ങളുടെയും 'ഹാസ്യചിത്ര'ങ്ങളായിത്തീരുകയാണെന്നതാണ് സത്യം. യാഥാർത്ഥ്യങ്ങളുമായല്ല, കെട്ടുകഥകളുമായാണ് അവയ്ക്ക് കൂടുതൽ ബന്ധമുള്ളത്. സംഭവിച്ചുകഴിഞ്ഞ ചരിത്രയാഥാർത്ഥ്യങ്ങളുടെ

പ്രതീതിയുണ്ടാക്കുകയും ഫലത്തിൽ അവയുടെ കാരിക്കേയ്ച്ചറുകളായി, വായനക്കാരെ കബളിപ്പിക്കുന്ന കെട്ടുകഥകളായി പരിണമിക്കുകയു മാണ് നോവലിന്റെ ആഖ്യാനം. വിമർശന ദൗത്യങ്ങൾ നിറവേറ്റാനുള്ള ഭാവനാത്മകമായ ആഖ്യാനതന്ത്രമെന്ന നിലയ്ക്കല്ല, ലക്ഷ്യമില്ലാതെ പ്ര യോഗിക്കുന്ന വാക്കുകളുടെ അസംബന്ധ വർഷങ്ങളെന്ന നിലയ്ക്കാണ് നോവലിലെ കാരിക്കെയ്ച്ചറുകൾ അവയുടെ ധർമ്മം നിറവേറ്റുന്നത്. ചരിത്രത്തിലെ ദുരന്തസന്ദർഭങ്ങളെ കെട്ടുകഥകളാക്കി നോവൽ വിപണിക്ക് വേണ്ടി പ്രഹസനങ്ങളെന്ന നിലയിൽ പാകപ്പെടുത്തിയെ ടുക്കുക എന്ന പരിമിതമായ ലക്ഷ്യമാണ് ഇതിനുള്ളത്.

ലക്ഷ്യവേധിയായി പ്രയോഗിക്കപ്പെട്ട ഹാസ്യരൂപങ്ങളുടെ സ്ഥാനത്ത് ഇന്ന് മലയാളത്തിൽ മേൽക്കോയ്മ നേടുന്നത് ലക്ഷ്യശൂന്യ മായി, അരാഷ്ട്രീയമായി, ആർക്കെതിരെയെന്നും എന്തിനുവേണ്ടിയെന്നും നിശ്ചയമില്ലാതെ ദുർവ്യയം ചെയ്യപ്പെടുന്ന വാക്കുകളുടെ പ്രഹസന രൂപങ്ങളാണ്. ബെന്യാമിൻ നോവലിന്റെ ജനപ്രീതി, സ്വീകാര്യത, അംഗീകാരം തുടങ്ങിയവയ്ക്കെല്ലാം അടിത്തറയാകുന്നത് ചരിത്രത്തെ പുറമ്പോക്കിൽ പുറന്തള്ളി തൽസ്ഥാനത്ത് പ്രതിഷ്ഠിക്കപ്പെടുന്ന ഉള്ളു പൊള്ളയായ കോമാളി രൂപങ്ങളുടെ അവസാനിക്കാത്ത തനിയാവർ ത്തനങ്ങളാണ്.

ജാതി മത സ്ഥാപനങ്ങളുടേയും കമ്യൂണിസ്റ്റ് പാർട്ടി സംഘടന കളുടേയും സാന്നിദ്ധ്യം മലയാള നോവലിന്റെ ചരിത്രത്തിൽ പുരോ ഗമനപരമായ ഒട്ടേറെ കുതിപ്പുകൾക്ക് അവസരമൊരുക്കിയിട്ടുണ്ട്. പ്രതിലോമവും അനുലോമവുമായ വീക്ഷണങ്ങൾ തമ്മിലുള്ള ഗംഭീര ങ്ങളായ സംഘർഷങ്ങൾക്ക് അറ്റ വ്യത്യസ്ത കാലങ്ങളിൽ അരങ്ങൊ രുക്കിയിട്ടുണ്ട്. 'അതെല്ലാം മറന്നേക്കു' എന്ന പരസ്യവാചകത്തിന്റെ പിൻബലത്തോടെ തന്റെ 'കമ്യൂണിസ്റ്റ് വർഷങ്ങളുടെ' പുത്തൻ ബ്രാൻഡ് 'മാന്തളിർ ഉൽപ്പന്നപ്പതിപ്പുകൾ' പുസ്തകച്ചന്തയിൽ ഇറക്കാൻ ദൃഢനി ശ്ചയം ചെയ്തിരിക്കയാണ് ബെന്യാമിൻ. ചരിത്രത്തിന്റെ തുടർച്ചകളെയും ബോധപൂർവമായ വിച്ഛേദങ്ങളെയുമെല്ലാം ഒരുപോലെ പടിപ്പുറത്തു നിർത്തുക [illegible]. [illegible] ഉൽപ്പന്നങ്ങൾ എളുപ്പത്തിൽ വിറ്റഴിക്കാൻ നോവലിൽ കൂട്ടിച്ചേർക്കുന്ന ചേരുവകൾ അസംബന്ധങ്ങ ളെന്ന വിശേഷണം മാത്രമല്ല അർഹിക്കുന്നത്; അമേധ്യ വർഷങ്ങളെന്ന പുത്തൻ വിശേഷണം കൂടിയാണ്. പോക്സോ വകുപ്പുകൾ പ്രകാരം നിയമവിരുദ്ധമായിത്തീരാവുന്നതും കണ്ടുകെട്ടാവുന്നതുമായ ഭാഗങ്ങൾ ആപൽക്കരമായ നിലയിൽ തന്റെ കൃതിയിൽ ഉൾക്കൊള്ളിക്കാൻ

നോവലിസ്റ്റിനെ ധൈര്യപ്പെടുത്തുന്നത് ബ്രാന്റിന്റെ ലേബിളിലെ 'കമ്യൂണിസ്റ്റ് മുദ്ര'യല്ലാതെ മറ്റെന്താണ്?

നാല്

ബെന്യാമിന്റെ നോവൽ അതിന്റെ ദൈർഘ്യംകൊണ്ടും വിശദമായ വിവരണങ്ങൾ കൊണ്ടും വായനക്കാരോട് പറയാൻ ശ്രമിക്കുന്നത് എന്താണ്? എഴുത്തുകാരൻ നേരിട്ടോ കഥാപാത്രങ്ങൾ മുഖേനയോ ആവർത്തിച്ച് പറയുന്ന വിഷയങ്ങൾ എന്തൊക്കെയാണ്? തന്റെ നോവൽ 1974-94 കാലത്തെ പ്രധാന ലോകസംഭവങ്ങളുടേയുംദേശീയവും പ്രാദേശികവുമായ രാഷ്ട്രീയ ഗതിവിഗതികളുടേയും സമഗ്രമായ ആഖ്യാനമാണെന്ന് സൂചനകൾ കൊണ്ടുംവിവരണങ്ങൾ കൊണ്ടും ധരിപ്പിക്കപ്പെടുന്നുണ്ട്. രണ്ടു പതിറ്റാണ്ട് കാലയളവിൽ കമ്യൂണിസംനേരിട്ട പ്രതിസന്ധികൾ ഒരു ഹാസ്യ വിഷയമായാണ് വായനക്കാരനെ നേരിടുന്നത്. ക്രിസ്തീയ സഭയുടെ പ്രശ്നങ്ങളും മാന്തളിരിലെ ഹാസ്യ വിഷയങ്ങൾ തന്നെ. പ്രബലമായ മത രാഷ്ട്രീയ സ്ഥാപനങ്ങൾ തമ്മിലുള്ള അധികാരമത്സരങ്ങളുടെ പശ്ചാത്തലത്തിൽ കഥാപാത്രങ്ങൾ അനുഭവിക്കുന്ന ധാർമ്മിക സംഘർഷങ്ങളുടേയും തീവ്ര സങ്കടങ്ങളുടേയും കഥയായി മാറാനുള്ള സാധ്യതകളാണ് മാന്തളിർ നോവലിൽ അട്ടിമറിക്കപ്പെടുന്നത്. ഇത് എന്തുകൊണ്ട്? എന്ന ചോദ്യത്തിനുള്ള ഉത്തരം സാഹിത്യ നിരൂപണത്തിന്റെ പരിമിത മണ്ഡലത്തിന് പുറത്ത് അന്വേഷിക്കേണ്ട വിഷയമാണെന്നു മാത്രമേ ഇപ്പോൾ പറയാൻ കഴിയുകയുള്ളൂ.

ദീർഘകാലം നാട്ടിലില്ലാതിരുന്ന മാന്തളിർ കുഞ്ഞൂഞ്ഞ് (രണ്ടാമൻ) നാട്ടിൽ തിരിച്ചെത്തുന്നതും സ്റ്റേഷനിൽ അമ്മ ('അന്നാമ്മ') അയാളെ സ്വീകരിക്കാൻ എത്തുന്നതുമായ നോവൽ ആരംഭത്തിലെ നാടകീയ രംഗം, മോഹനൻ എന്ന കുട്ടിയുടെ നോട്ടത്തിൽ കാണപ്പെടുന്നത് വിവരണത്തിന്റെ 'ബെന്യാമിൻ മാതൃക'ക്ക് ആരംഭത്തിൽത്തന്നെ അവസരമൊരുക്കുന്നു: 'വല്യച്ചായൻ വന്ന് അന്നമ്മച്ചിയെ കെട്ടിപ്പിടിച്ചു. അതുവരേയും 'അവൻ' തനിച്ചുവരുന്നു എന്ന് ആത്മാർത്ഥമായുംവിചാരിച്ചിരുന്ന അന്നമ്മച്ചിയും നാരങ്ങാ അമ്മായിയും ഈ വലിയ പടയെ കണ്ട് ഓമല്ലൂർ വേല കണ്ടതുപോലെ അന്തിച്ചു നിൽക്കുകയായിരുന്നു. അതുകൊണ്ടാവാം ആ കെട്ടിപ്പിടുത്തത്തിന്റെ അർത്ഥമൊന്നും അവർക്ക് മനസ്സിലായില്ല.

വല്യച്ചായന്റെ ഭാര്യ, ആ വെളുത്ത സ്ത്രീ, വന്ന് പതിവാചാരപ്രകാരം കാലിൽ തൊട്ടു തൊഴും എന്നാണ് തൂണിന്റെ പിന്നിൽ നിന്ന് ഞാൻ

വിചാരിച്ചത്. എന്നാൽ അവർ തൊട്ടുതൊഴാനും‌പോയില്ല.കെട്ടിപ്പിടിക്കാനും‌പോയില്ല. പകരം ഒരു ഷേക്ക് ഹാൻറിന് കൈനീട്ടി. അന്നമ്മച്ചി അതു കണ്ട് പട്ടി കടിക്കാൻ വന്നതുപോലെ പെട്ടെന്ന് കൈ വലിച്ചുകളഞ്ഞു. എന്നാൽ അവർ നീട്ടിയ കൈ അങ്ങനെ തന്നെ പിടിച്ചുകൊണ്ടു നിന്നു. കുറച്ചേറെ നേരത്തേക്ക് പിന്നെയും അത് പിൻവലിക്കുന്നില്ല എന്നു കണ്ട് നാരങ്ങാ അമ്മായി ആ കൈയിൽ ചാടിപ്പിടിച്ചു. അവർ തമ്മിൽ തലകുലുക്കി പരിചയപ്പെട്ടു. ആ ബലത്തിൽ ആവണം അന്നമ്മച്ചി പാമ്പിന്റെ മുന്നിലേക്ക് കൈ നീട്ടുന്നതു പോലെ പേടിച്ചു പേടിച്ച് കൈ ഇത്തിരി നീട്ടിക്കൊടുത്തു. ഇരയെ കാത്തിരിക്കുന്ന പല്ലിയെപ്പോലെ അവർ അതിലേക്ക് ചാടിപ്പിടിച്ചു. അങ്ങനെ ഞങ്ങളുടെ അന്നമ്മച്ചി, മാന്തളിരിന്റെ കാരണോത്തി അന്നാമ്മ, തന്റെ അറുപതാം വയസ്സിൽ ജീവിതത്തിലാദ്യമായി ഒരാൾക്ക് ഷേക്ക് ഹാന്റ് കൊടുത്തു. അതും രാജ്യത്ത് അടിയന്താരാവസ്ഥ പ്രഖ്യാപിച്ചതിന്റെ പിറ്റേ ദിവസം (28) പതിനൊന്നാം വയസ്സിൽ അമ്മയോടൊപ്പം വെള്ളത്തിൽ മുങ്ങി മരിച്ചു പോയ മോഹനൻ എന്ന കുട്ടിയുടെ കാഴ്ച്ചയെയാണ് ഈ സൂക്ഷ്മ വിവരണം പിന്തുടരുന്നത്. കാണുന്നയാളുടെ പ്രായവും പക്വതയും അനുഭവ പരിചയവും കണക്കിലെടുക്കാതെയുള്ള വർണ്ണന ചമ്പൂകാവ്യങ്ങളിലെ ഗദ്യകാരനെപ്പോലെ ചങ്ങല പൊട്ടിച്ച് കണ്ണിൽ കണ്ടതിനെയുംകാണാത്തതിനേയുമെല്ലാം പിടികൂട്ടമ്പോൾ എത്തിപ്പെടുന്നത് 'ഓമല്ലൂർ വേല'യുടെ നടുക്കാണ്. 'കാലിൽ തൊട്ടു തൊഴുന്ന പതിവാചാര'ത്തിന്റെ' ഓർമ്മയിലാണ്. കടിക്കാൻ വരുന്ന പട്ടിയുടെ മുന്നിലാണ്. പാമ്പിന്റെ മുന്നിലേക്കുള്ള കൈ നീട്ടലിലാണ്. ഇരയെ കാത്തിരിക്കുന്ന പല്ലിയുടെ വായിലേക്കാണ്. അടിയന്തരാവസ്ഥാ പ്രഖ്യാപനത്തിന്റെ പിറ്റേ ദിവസത്തിലാണ്. ഇതെല്ലാം കെട്ടുകഥയാണെന്നും ഭ്രമാത്മക ഭാവനയുടെ വിവരണമാണെന്നുമുള്ള നോവൽ അവസാനത്തിലെ ജാമ്യമെടുപ്പ് കൊണ്ട് മാത്രം 'അസംബന്ധ വർഷങ്ങൾക്ക്' നീതീകരണമാകുമോ? സാമാന്യ ബുദ്ധിക്ക് പോലുംനിരക്കാത്ത വാക്കുകളും വർണ്ണനകളും അലങ്കാരങ്ങളും കൊണ്ട് നിറയ്ക്കുന്ന ഇത്തരം കടലാസ്സുകളുടെ എണ്ണം കൊണ്ടാണല്ലോ നോവലിന് വണ്ണം കൂട്ടുന്നത്? അസംബന്ധങ്ങളുടെ ഈ പെരുപ്പം തന്നെയല്ലേ 'മാന്തളിരിന്റെ കമ്യൂണിസ്റ്റ് വർഷങ്ങ'ളുടെ ഊതിവീർപ്പിച്ച ദൈർഘ്യത്തിന്റെ രഹസ്യം? തുടക്കത്തിൽ അഞ്ഞൂറ് പേജുണ്ടായിരുന്ന 'ബാല്യകാലസഖി' കഷ്ടിച്ച് നൂറ് പേജിലേക്ക് ചുരുക്കിയ വൈക്കം മുഹമ്മദ് ബഷീറിന്റെ മഹനീയ നോവൽ പാരമ്പര്യം പൂർണമായും മറന്നു കൊണ്ടു മാത്രമേ ഒരാൾക്ക് ഇന്ന് ഇത്രയും കുറ്റകരമായ രീതിയിൽ വാക്കിനേയും വർണ്ണനയേയും

സ്വന്തം നോവലിൽ പരിചരിക്കാൻ കഴിയുകയുള്ളൂ; പുസ്തകത്തിന്റെ വണ്ണവുംതൂക്കവുംമാത്രംനോക്കി ഇത്തരം കൃതികളെ പുരസ്കാരം കൊണ്ട് മൂടുമ്പോൾ ഫലത്തിൽ അത് നോവലിനുള്ള അന്ത്യക്കൂദാശ അർപ്പണം കൂടിയായിത്തീരുന്നു.

അഞ്ച്

മാന്തളിർ നോവൽ സ്വന്തമായി മലയാള നോവലിന് നൽകുന്ന 'സൗഭാഗ്യങ്ങൾ' എണ്ണിയെണ്ണി പറഞ്ഞാൽ തീരില്ല. എങ്കിലും ചില മാതൃകകൾ ബെന്യാമിന്റെ കീർത്തിമുദ്രക്ക് മകുടംചാർത്തി വേറിട്ടു നിൽക്കുന്നുണ്ട്. വായനക്കാരുടെ സവിശേഷശ്രദ്ധക്ക് അവ കൊണ്ടു വരേണ്ട 'സാമൂഹ്യ'മായ ഉത്തരവാദിത്തം നിരൂപണത്തിനുണ്ട്. മക്കൊണ്ടോവിന്റെ കഥാകാരനായ മാർക്കേസ് യാഥാർത്ഥ്യത്തെ കെട്ടുകഥയാക്കിയും കെട്ടുകഥകളെ യാഥാർത്ഥ്യങ്ങളാക്കിയും പുനഃസൃഷ്ടിച്ചതാണ് ബെന്യാമിന് തന്റെ 'വിശ്വസാഹിത്യം' രചിക്കാൻ പ്രേരണ നൽകിയതെന്ന് ശരാശരി വായനക്കാരെപ്പോലെ വിമർശനവും അമ്പരന്നു കൂടാ. ശരിയായ ധാരണ ലഭിക്കാൻ ചില ആഖ്യാനസന്ദർഭങ്ങളും സംഭാഷണഭാഗങ്ങളും പുസ്തകത്തിൽ നിന്ന് ചീന്തിയെടുത്ത് പ്രദർശിപ്പിക്കേണ്ടതുണ്ട്. ('വക്കിൽ വിസർജ്ജ്യം പുരണ്ടിരിക്കുന്നു' എം.പി.പോൾ മാപ്പ നൽകട്ടെ !)

മാന്തളിർ വീടിന്റെ ആയുരാരോഗ്യ രഹസ്യംഎന്താണ്? 'എന്താണ് നമ്മുടെ കുടുംബത്തിലെ ആയുസ്സിന്റെയും ആരോഗ്യത്തിന്റെയും രഹസ്യം എന്നു ചോദിച്ചാൽ കൊച്ചപ്പച്ചൻ (മാന്തളിർ കുഞ്ഞൂഞ്ഞ് ഒന്നാമൻ) അടക്കിയ സ്വരത്തിൽ പറയും: കീഴ്വായു. എന്നു പറഞ്ഞാൽ നീണ്ട പൊറി. 'മാന്തളിരിലെ ജീവിതം ആയുരാരോഗ്യം നൽകുന്ന ഈ സദ്ശീലവുമായി എത്രത്തോളം 'അമേധ്യ'മായി (ബെന്യാമിൻ രചനക്ക് ചേർന്ന ഉത്തമമായ വിശേഷണ പദം) ബന്ധപ്പെട്ടിരിക്കുന്നുവെന്ന് തുടർന്ന് വരുന്ന ഖണ്ഡിക പറയും: 'മുട്ടിവന്നാൽ ഒരിക്കലും നമ്മുടെ വല്യപ്പന്മാർ അതു തടഞ്ഞു വെച്ചിട്ടില്ല. വീട്ടിൽ അതിഥികളുടെ മുന്നിലാണെങ്കിലും പള്ളിയിൽ കുർബ്ബാന പടിഞ്ഞാട്ടെടുക്കുമ്പോഴാണെങ്കിലുംചന്തയിൽ പച്ചക്കറി വാങ്ങുമ്പോഴാണെങ്കിലും കാലസന്ദർഭ വിചാരമില്ലാതെ അതിനെ സുഗമമായി പോകാൻ നമ്മുടെ വല്യപ്പന്മാർ എന്നും അനുവദിച്ചിരുന്നു. കല്യാണത്തിന് മിന്നുകെട്ടാൻ നിൽക്കുമ്പോ നമ്മുടെ പ്രപിതാമഹൻ മാത്തുണ്ണിയപ്പൻ വിട്ട പൊറി ശബ്ദം കേട്ട് മാന്തളിർ ദേശംമുഴുവൻ നടുങ്ങിപ്പോയി എന്നും അതിയാന്റെ ആയുസ്സ് നൂറ്റിയേഴ് വയസ്സായിരുന്നു എന്നുംകൊച്ചപ്പച്ചൻ എപ്പോഴും അഭിമാനത്തോടെ

പറയാറുണ്ട്. ശരീരത്തിൽ നിന്ന് പോകേണ്ടത് കൃത്യസമയത്ത് പോകാൻ അനുവദിച്ചാൽ നമുക്ക് ഒരു രോഗവുംവരില്ല. കാലത്ത് മനസ്സറിഞ്ഞ് തുറുക. തോന്നുമ്പോഴെല്ലാംഅറഞ്ഞു പൊറി വിടുക. പുകവലി മുതൽ മദ്യസേവവരെയുള്ള ദുശ്ശീലങ്ങൾ എല്ലാം ഒഴിവാക്കുക..'

(പേജ് 394) നിരുപദ്രവകരവുംലക്ഷ്യശൂന്യവുമായി പ്രയോഗിക്കുന്ന മറ്റു മാന്തളിർ ഫലിതങ്ങൾക്കു തുല്യം ഈ 'വിസർജ്ജ്യ'പുരാണവുംനോവലെഴുത്തുകാരന്റെ വളരാൻ കൂട്ടാക്കാത്ത ഭാവനയുടെ അപക്വവിനോദമായി, കുട്ടിത്തത്തിന്റെ ഭാവബദ്ധതയായി നോവലിൽ പലേടത്തും ആവർത്തിക്കുന്നുണ്ട്. നിരൂപകന്റെ സൂക്ഷ്മമായ ഒരു 'ഫോറൻസിക്' വായനക്ക് ചിതറിക്കിടക്കുകയും ആവർത്തിച്ച് പ്രത്യക്ഷപ്പെടുകയും ചെയ്യുന്ന വരികളിലേയും വാക്കുകളിലേയുംഇത്തരം ബിംബ കൽപ്പനകളിൽ നിന്ന് കൃത്യമായ രോഗനിർണ്ണയംചെയ്യാം. സ്ഥലപരിമിതിമൂലം അത്തരമൊരു പരിശോധനക്ക് തൽക്കാലം ഒരുങ്ങുന്നില്ല. എങ്കിലും 'ധർമ്മപുരാണം' നോവലിൽ ഒ.വി.വിജയൻ കാട്ടിത്തന്ന ഹാസ്യത്തിന്റെ ഹിംസാത്മക സാദ്ധ്യതകളെക്കുറിച്ച് അൽപ്പമെങ്കിലും ബോദ്ധ്യമുണ്ടായിരുന്നെങ്കിൽ ബെന്യാമിന്റെ രചന അധികാരസ്ഥാപനങ്ങളുടെ നിരുപാധിക പ്രീണനമെന്ന വഴിക്ക് പകരം അധികാര ശക്തിയുടെ നിശിത നിഷേധങ്ങളായി തന്റെ ഹാസ്യത്തെ പ്രയോഗിക്കാൻ പ്രാപ്തി നേടുമായിരുന്നു.

മാന്തളിർ കുഞ്ഞൂഞ്ഞ് ഒന്നാമൻ,മാന്തളിർ കുഞ്ഞൂഞ്ഞ് രണ്ടാമൻ എന്നീ രണ്ടു കഥാപാത്രങ്ങളെ മുൻനിർത്തി ക്രിസ്തീയസഭാ കമ്യൂണിസ്റ്റ് പാർട്ടി സംഘടനകളുടെ വളർച്ചകളും തളർച്ചകളുംഅവ തമ്മിലുള്ള സംഘർഷങ്ങളും വിവരിക്കുന്നതാണ് നോവലിന്റെ പ്രധാനഉള്ളടക്കം.മാന്തളിർ മനുഷ്യരുടേയും കുടുംബത്തിന്റേയും പ്രദേശത്തിന്റേയും കഥകളാക്കി അവയെ വിവർത്തനം ചെയ്യാൻ ശ്രമിക്കുന്നു എന്ന് കൂടി ചുരുക്കിപ്പറഞ്ഞാൽ നോവലിന്റെ ചിത്രം ഏതാണ്ട് പൂർണ്ണമാകും. ഇതുമായി ബന്ധപ്പെട്ട ദേശീയ സാർവ്വദേശീയ സംഭവ പശ്ചാത്തലം കൂടി വിവരിക്കപ്പെടുന്നത് നോവൽ ശീർഷകത്തിന്റെ മതിയായ ന്യായീകരണമാകുമെന്നാണ് ഭാവിക്കുന്നത്. പന്തളം ഷുഗർ മിൽ സമരം, അടിയന്തരാസ്ഥക്കെതിരായ കേരളത്തിലെ കമ്യൂണിസ്റ്റ് ആർ.എസ്.എസ്. പ്രതിരോധങ്ങൾ, പഞ്ചാബിലെ കമ്യൂണിസ്റ്റ് പാർട്ടി പ്രവർത്തനങ്ങൾ, ദേശീയ പ്രസ്ഥാനത്തിന്റേയും വിമോചന സമരത്തിന്റേയും അലയൊലികൾ ഇവയെല്ലാംസൂചകങ്ങളായി കടന്നു വരുന്നുണ്ട്. ഇതെല്ലാം ഉൾക്കൊള്ളുന്നു എന്ന് ഭാവിക്കുന്നത് താൻ കൈകാര്യം ചെയ്യുന്ന നോവൽ മാദ്ധ്യമത്തിന്റെ ചരിത്രത്തേയും സാദ്ധ്യതകളെയും

സ്വാംശീകരിച്ചതിന്റെ യാതൊരു തെളിവും സ്വന്തം രചനയിൽ അവശേഷിപ്പിക്കാതെയാണ്. ഇക്കാര്യം 'ജനപ്രിയത്വ' അവകാശ വാദങ്ങൾ കണക്കിലെടുക്കാതെ തുറന്നു പറയേണ്ടതുണ്ട്. കാരണം നാളിതുവരെയുള്ള വിമർശനത്തിന്റേയും മറ്റു വൈജ്ഞാനിക ലോകങ്ങളുടേയും പൈതൃകമറിയാതെ ഒരു രചനയേയുംസമീപിക്കാൻ ഇന്ന് വിമർശകന്റെ തൂലികയ്ക്കാവില്ല. ഗാന്ധിജി, നെഹ്റു, ഇ.എം.എസ്, എം.എൻ. ഗോവിന്ദൻ നായർ, കെ.ആർ.ഗൗരിയമ്മ, മന്നത്ത് പത്മനാഭൻ, ഗോർബച്ചേവ്, ചെഗുവേര തുടങ്ങിയ ജീവിച്ചിരുന്നവരും മരിച്ചവരുമായ ചരിത്ര വ്യക്തിത്വങ്ങളുടെ നാമങ്ങൾ കൊണ്ട് തൃപ്തിപ്പെടുന്ന രാഷ്ട്രീയ നിരക്ഷര വായനാസമൂഹം എല്ലാ കാലത്തും തന്റെ നോവലിന്റെ രക്ഷക്കെത്തില്ലെന്ന് ബെന്യാമിൻ തിരിച്ചറിയേണ്ടതുണ്ട്.

ആറ്

നേരത്തെ സൂചിപ്പിച്ചത് പോലെ നോവലിന്റെ ആഖ്യാനം പിന്തുടരുന്നത് പ്രധാനമായും കുട്ടികളായ മോഹന്റേയും 'എന്റേ'യും (ആഖ്യാതാവായ 'ഞാൻ')നോട്ടങ്ങളെയാണ്. വളരെ അപൂർവമായി മാത്രം മാന്തളിർ മത്തായിയുടെ (വല്യപ്പച്ചൻ) ഡയറിയിലെ കുറിപ്പുകളെയും. കുട്ടികളുടെ അനുഭവ യാഥാർത്ഥ്യങ്ങളോടും ഭാവനാത്മക ലോകത്തോടും എഴുത്തിൽ നീതി പുലർത്താൻ ബാദ്ധ്യസ്ഥനായ ഒരു നോവലിസ്റ്റ്, ലൈംഗികോദ്ദീപനംമാത്രം ലക്ഷ്യമാക്കിയുള്ള സൂചനകളിലേക്കും പരാമർശങ്ങളിലേക്കും വായനക്കാരെ ആവർത്തിച്ചുണർത്തുന്നതിന്റെ ഉദ്ദേശ്യമെന്താണ്? കുട്ടികളോടുള്ള ഒരെഴുത്തുകാരന്റെ ലൈംഗികാതിക്രമം എന്നതിൽക്കുറഞ്ഞ് ചുവടെക്കുറിക്കുന്ന ഉദ്ധരണികൾ പരിഗണിക്കപ്പെടേണ്ടതെങ്ങനെയാണ്? എഴുത്തിലെ കുറ്റകൃത്യമാകുന്നതിനു പകരം അതെങ്ങനെയാണ് ഔദ്യോഗിക 'കമ്യൂണിസ'ത്തിന്റെ പുരസ്കാര മുദ്രയണിഞ്ഞ രചനയെന്ന അംഗീകാരം യാതൊരു ലജ്ജയുമില്ലാതെ കവർന്നെടുക്കുന്നത്?

> *പത്തുവയസ്സ്പ്രായമായ മോഹന്റെ കുറിപ്പിൽ നിന്ന്: '..അവിടെ ചെന്നപ്പോൾ... ഡോക്ടർ ഇല്ലായിരുന്നു. അയാൾ അടുത്തുള്ള ജാനകിയമ്മയുടെ വീട്ടിൽ ആരുമില്ലാ നേരം നോക്കി ഉണ്ടുറങ്ങാൻ പോയേക്കുവായിരുന്നു'. (പേജ്61)*
>
> *'നീ അടങ്ങടീ അമ്മിണീ, അതിനു പരിഹാരമുണ്ടാക്കാനാടീ ആണുങ്ങളീവീട്ടീ അണ്ടീംതൂക്കി നിക്കുന്നത്" എന്ന്അന്നമ്മച്ചി അമ്മിണിയമ്മയെ ശാസിച്ചു(65)*
>
> *'...ഹും. അങ്ങോട്ട് ചെല്ല്. അവളുടെ വൺട്ടൂ ത്രീ വല്യപ്പൻ*

നിങ്ങളുടെ ചുണ്ണാപ്പി കണ്ടിക്കും എന്ന് ഞാനവരെ പേടിപ്പിച്ചു. അയ്യേ... ഞങ്ങൾക്ക് ചുണ്ണാപ്പീം ഇല്ല ചൂച്ചപ്പോം ഇല്ലല്ലോ' എന്നു പറഞ്ഞ് അവർ എന്നെ കുപ്പായം പൊക്കി കാണിക്കുകയും കൊഞ്ഞനം കുത്തി ചിരിക്കുകയുംചെയ്തു. (68)

'ലാലിക്കൊച്ചമ്മയുടെ മുകളിൽ കാലുകേറ്റിവച്ച് മാണ്ടു കിടന്നുറങ്ങുകയായിരുന്ന കൊച്ചപ്പാപ്പൻ ഇതൊന്നും അറിയുന്നതേ ഉണ്ടായിരുന്നില്ല...' നീ പള്ളിയിൽ അടിയുണ്ടാക്കി നാട്ടിലെ ക്രമസമാധാനത്തിന് ഭംഗം വരുത്തും. അല്ലേടാ നായിന്റെ മോനേ' എന്നു പറഞ്ഞു കൊണ്ട് കൊച്ചപ്പാപ്പനെ പൊക്കിയെടുത്ത് കൂമ്പിനു മൂന്നിടി കൊടുത്തു. (68)

'....അതിനിടെ എസ്.ഐ. എന്നെ വിളിച്ച് അച്ചാച്ചനെക്കുറിച്ചും സൈക്കിളിനെക്കുറിച്ചും ചോദിച്ചു.... നിന്റമ്മേനെ അയാൾ എല്ലാ ദിവസവും പൂശാറുണ്ടോ എന്ന് ചോദിച്ചു.'(90)

'എസ്.ഐ.പിന്നെയും എന്നെ ചോദ്യം ചെയ്തു... നിന്റമ്മ സുന്ദരിയാണോ..? അവള് മൂത്രമൊഴിക്കുന്നത് നീ കണ്ടിട്ടുണ്ടോ?' (90)

'തണ്ടാത്തി പറയുവാ... രണ്ടു പിള്ളാരിൽ കൂടുതലുള്ള എല്ലാവർടേം അടിപ്പടല കണ്ടിക്കാൻ ഇന്തിരവളും മോനുംകൂടി റോഡിലിറങ്ങി നടക്കുവാന്ന്. ആ ഇരണം കെട്ടവൾക്ക് ഭർത്താവില്ലാത്തതിന്റെ കടിയായിരിക്കും'. (92)

'ഇനി രാത്രി കിടക്കാന്നേരം എന്റെ തണ്ടാത്തി എന്തോന്നെ പിടിച്ചോണ്ട് കിടക്കും എന്റെ കൊച്ചപ്പച്ചായാ...'. (92)

മോഹന്റെ മരണശേഷം 'എന്റെ' അനുഭവക്കുറിപ്പുകളിലൂടെ ആഖ്യാനം തുടർച്ച കണ്ടെത്തുന്നതിന്റെ ചില 'മാതൃകാപാഠങ്ങൾ': '...ഒന്ന്, ഗ്ലാസ്സോസ്സ്. രണ്ട്, പെരസ്സോയിക്ക. 'എന്നാൽ അതിന്റെ അർത്ഥം ഞങ്ങൾക്കറിയില്ലായിരുന്നു... അതുകൊണ്ട് തന്നെ ഞങ്ങൾക്കാവശ്യമുള്ള പ്രകാരം അതിന്റെ അർത്ഥം നിർണ്ണയിക്കാനുള്ള സാധ്യത അതിൽ അടങ്ങിയിട്ടുണ്ടായിരുന്നു. അതുവരെ അംശവടിയായിരുന്ന ഒരു സാധനം അന്നുമുതൽ പെരസ്സോയിക്കയായി പരിണമിച്ചു. 'ചുണ്ണിക്കുഞ്ഞേ, നീയിന്നലെ മുറ്റത്ത് നിന്ന് പെടുക്കുമ്പോ നിന്റെ പെരസ്ട്രോയിക്കയുടെ അറ്റം ഞങ്ങൾ കണ്ടു' എന്നും 'സാബുവേവിന്റെ പെരസ്സോയിക്കയ്ക്ക് തിരുമേനി ആവാനുള്ളത്ര നീളം വച്ചു കേട്ടോ'(282).

'...അതുവരെ ഞാൻ കിണറ്റുകരയിൽ നിന്നായിരുന്നു കുളിക്കുന്നത്. തോർത്ത് പൊക്കി സോപ്പ് തേക്കുമ്പോൾ എന്റെ പെരസ്സോയിക്ക ആരെങ്കിലും കാണും എന്ന പേടിയിലാണ്

കുളിമുറി വേണം എന്ന വാശി ഞാൻ വച്ചത്"(298).

പുരുഷലിംഗ ദൈർഘ്യം, വണ്ണം, നടക്കുമ്പൊഴും ഓടുമ്പോഴുമുള്ള അതിന്റെ ആട്ടത്തിന്റെ ദിശ നിർണ്ണയിക്കൽ തുടങ്ങിയ കാര്യങ്ങളെക്കുറിച്ചുള്ള അന്വേഷണങ്ങളും കണ്ടെത്തലുകളുമായി കുട്ടികളുടെ സംവാദം പുരോഗമിക്കുമ്പോൾ മലയാള നോവൽ നാളിതുവരെ ഭാവനയിൽപ്പോലും സങ്കൽപ്പിച്ചിട്ടില്ലാത്ത വിധം 'കമ്യൂണിസ്റ്റ് ദർശന'ത്തിന് പുതിയ അർത്ഥവും മാനവും നൽകിയെന്ന് ബെന്യാമിൻ എന്ന നോവലിസ്റ്റിന് അഭിമാനിക്കാൻ വക നൽകുന്നുണ്ട്. പ്രസാധകന്റെയുംപുരസ്കാര ദാതാക്കളുടേയും അവകാശവാദങ്ങൾക്ക് ന്യായീകരണം കണ്ടെത്താൻ അതോടെ പാവം വായനക്കാരൻ നിർബ്ബന്ധിതനാവുകയും ചെയ്യുന്നു. വിമർശകന്റെ കപടബോധം അതിന് ന്യായീകരണം കണ്ടെത്താൻ ശ്രമിക്കരുത്. സത്യത്തിന്റെ വെളിച്ചം മറയ്ക്കുന്ന ധർമ്മം നിരൂപകന്റേതല്ല.

(ജൂലൈ 2022)

ധീരതയുടെ ആത്മഗാഥ

ഒരു പുസ്തകത്തെ മുൻനിർത്തിയുള്ള ഏത് ചിന്തക്കും പുസ്തകത്തിൽ കവിഞ്ഞു നിൽക്കുന്ന ചില മാനങ്ങളും മൂല്യങ്ങളുമുണ്ടാവണം. അങ്ങനെയല്ലാത്ത എല്ലാ ചിന്തയും കേവലം 'വിപണി വസ്തു' മാത്രമായി പെട്ടെന്ന് ഒടുങ്ങിത്തീരുകയേയുള്ളൂ. മിക്കവാറും എല്ലാ പുസ്തകവിചാരങ്ങൾക്കും ബാധകമായ സാമാന്യ തത്ത്വമാണിതെങ്കിലും ആത്മകഥകൾക്ക് പ്രത്യേകം ബാധകമായ നിരീക്ഷണമാണത്.

ആത്മകഥകൾക്ക് വിഷയമായ ജീവിതങ്ങൾക്കും അവയെക്കവിഞ്ഞു നിൽക്കുന്ന ഗരിമയും മൂല്യവുമുണ്ടെന്ന് അതെഴുതുന്നവർ മിക്കപ്പോഴും ആലോചിക്കാറില്ല. അത്തരം ആത്മകഥകൾ അവരവരിലേക്ക് ചുരുങ്ങുന്ന സങ്കുചിത ജീവിതങ്ങളുടെ വിഴുപ്പ് വായനക്കാരുടെ ചുമലുകളിലേക്ക് കൂടി പകരുന്നു. വായനയിലെ 'വിപണി വസ്തു'വാകാൻ വിധിക്കപ്പെട്ട ഇത്തരം പുസ്തകങ്ങളുടെ ദുരന്തമാണ് അവ എഴുതുന്ന ജീവിതങ്ങളെയും പിന്നീട് കാത്തിരിക്കുന്നത്. പുസ്തകം പോലെ അവരുടെ ജീവിതങ്ങളും ലാഭം കൊയ്യുന്ന ചരക്കുകളായി അംഗീകാരം നേടുന്നു. നിരുപദ്രവകരങ്ങളായതിനാൽ പെട്ടെന്ന് സ്വീകരിക്കപ്പെടുന്നു.

വർത്തമാനകാല വായനയുടെ 'വിപണി ലാഭം' നോക്കി 'ജനപ്രിയകഥ'കളായി പ്രതിഷ്ഠ നേടുന്ന ഇത്തരം ആത്മകഥകളിൽ നിന്ന് സ്വപ്നാ സുരേഷിന്റെ പുസ്തകത്തെ വ്യത്യസ്ഥമാക്കുന്നത് അതെഴുതിയ വ്യക്തിയേയും പുസ്തകത്തെത്തന്നെയും കവിഞ്ഞുനിൽക്കുന്ന രാഷ്ട്രീയവും നൈതികവുമായ ഔന്നത്യം അതുൾക്കൊള്ളുന്നു എന്നതിനാലാണ്.

ഇക്കാര്യം നിരൂപകന് അസന്ദിഗ്ധമായും നിർഭയമായും ഇന്ന് പറയാൻ കഴിയേണ്ടതുണ്ട്.

ഒരാളുടെജീവിതം മറ്റൊരാളുടെ ജീവിതത്തിന്റെ പകരമോ ആവർത്തനമോ ആയി പിറവിയെടുക്കുകയില്ല. തന്റെ ജീവിതത്തെ അഭിമന്യുവിന്റെ ജീവിതകഥയുമായി ബന്ധപ്പെടുത്തുന്ന ഒരു ശീർഷകത്തിന്റെ ('ചതിയുടെ പത്മവ്യൂഹം') സഹായത്തോടെ അവതരിപ്പിക്കാൻ പ്രേരിപ്പിച്ചതിന് സ്വപ്നാസുരേഷിന് അവരുടേതായ പ്രേരണകളും കാരണങ്ങളും ഉണ്ടാവാം. അവർ അത് സ്വാനുഭവങ്ങളെ അടിസ്ഥാനമാക്കി പുസ്തകത്തിന്റെ ആരംഭത്തിൽ പറയാനും ശ്രമിക്കുന്നുണ്ട്. അതിനെയൊന്നും ചോദ്യം ചെയ്യാനും സംശയിക്കാനുമുള്ള ആർജ്ജവം വായനക്കാർക്കില്ല. എങ്കിലും അഭിമന്യുവിന്റെ പ്രതീകാത്മക പുരാവൃത്തത്തെ തിരുത്തുന്ന 'ധീരതയുടെ ആത്മഗാഥ'യാണ് അവരെഴുതിയ പുസ്തകമെന്ന് അർത്ഥശങ്കക്കിടയില്ലാതെ തുടക്കത്തിൽത്തന്നെ പറഞ്ഞു വെക്കേണ്ടത് ആവശ്യമാണ്.

രണ്ട്

ജീവിതത്തിന്റെ സത്യവും യാഥാർത്ഥ്യവുമെന്തെന്ന് കണ്ടെത്താനുള്ള കലയുടെ ആദ്യത്തെയും അവസാനത്തേയും വഴികളല്ല ആത്മകഥയുടേതും ജീവചരിത്രത്തിന്റേതും. പക്ഷെ വ്യാജപ്പകർപ്പുകളും പൊളിവചനങ്ങളും കൊണ്ട് ജീവിതത്തിന്റെ വഴികളെല്ലാമടയുന്ന വർത്തമാന കാലത്ത് ഒരാളുടെ ജീവിതം സത്യസന്ധമായി അടയാളപ്പെടുത്തപ്പെടുന്ന അപൂർവ്വ അവസരമായി ഒരു ആത്മകഥ മാറുകയാണ്. അത്തരമൊരു സന്ദർഭമാണ് സ്വപ്നാസുരേഷിന്റെ ആത്മകഥ ഒരുക്കുന്നതെന്ന് കാണാനും നിർഭയമായി അത് പറയാനും ഇന്ന് നിരൂപകന് കഴിയേണ്ടതുണ്ട്. കല സത്യദർശനത്തിന് പ്രാപ്തമാവുന്ന അപൂർവ്വങ്ങളിൽ അപൂർവ്വമായ മാതൃകയായി 'ചതിയുടെ പത്മവ്യൂഹം' അടയാളപ്പെടുന്നു.

'ചതിയുടെ പത്മവ്യൂഹ'ത്തെ മുൻനിർത്തി അസന്ദിശ്ധമായി പറയേണ്ടുന്ന വസ്തുതകൾ പിന്നെയും പലതുമുണ്ട്. അധികാര വ്യവസ്ഥ ഒരുക്കുന്ന സുരക്ഷിത സ്ഥാനങ്ങളിൽ ഇരുന്ന് യജമാനന്മാർക്ക് മുമ്പിൽ 'റാൻ റാൻ' മൂളി മുട്ടുകാലിൽ ഇഴയാൻ തയ്യാറാക്കി നിർത്തിയവരുടേതിൽ നിന്ന് ഏറെ അകലെയാണ് ഈ പുസ്തകം അന്വേഷിക്കുന്ന സത്യത്തിന്റെ വഴി. അത് പറയാൻ ശ്രമിക്കുന്നത് ഒരേയൊരു കാര്യമാണ്: മുഖ്യധാരാ മാധ്യമങ്ങളുടെ അലങ്കരണങ്ങളും അനുഗ്രഹങ്ങളുമില്ലാതെ അനാഥമായി തെരുവിലലഞ്ഞുതിരിയുന്ന വെറുമൊരു അഗതിയാണ് ഇന്ന് സത്യം.

അതു കാണാൻ മട്ടുപ്പാവിൽക്കഴിയുന്നവരുടെ നോട്ടങ്ങൾക്കാവില്ല. കാണാൻ കഴിയുന്നത് തെരുവിലും പുറമ്പോക്കിലും നിന്നുള്ള കാഴ്ച്ച കൾക്ക് മാത്രമാകുന്നു; കാണാൻ കഴിയുന്നത് വിചാരണക്കൂടിന്റെ ബലിത്തറയിൽ കഴുത്ത് കാട്ടി സ്വന്തം ഊഴം കാത്ത് കഴിയുന്ന ഒരു കുറ്റാരോപിതയുടെ വാക്കുകൾക്ക് മാത്രമാകുന്നു. സത്യദർശനത്തിന്റെ കേരള മാതൃകയെന്ന് വിളിക്കപ്പെടാനുള്ള അർഹത അതിലെ വാക്കു കൾക്ക് കൈവരുന്നത് സംസ്കാരത്തിന്റെയും രാഷ്ട്രീയത്തിന്റെയും കള്ളക്കുപ്പായങ്ങളെ അതൊന്നൊന്നായി പിച്ചിച്ചീന്തുന്നതിനാലാണ്. അതിന് കാരണക്കാരിയായവളുടെ തൂലികയോട് കൃതജ്ഞരായില്ലെ ങ്കിലും കൃതഘ്നരെങ്കിലുമാകാതിരിക്കേണ്ടതുണ്ട് നാം!

സാമൂഹ്യ സ്വപ്നങ്ങളുടെയും യാഥാർത്ഥ്യങ്ങളുടേയും ചേരുവകളാണ് നവീനകേരളമെന്ന രാഷ്ട്രീയ സങ്കൽപ്പത്തെ ഒരു ജനതയുടെ മനസ്സിൽ ഇത്രയും കാലം ജീവിപ്പിച്ചു നിലനിർത്തിയത്. കള്ള ദൈവങ്ങളെ തിരി ച്ചറിയുന്നതിൽ കലയുടെ പക്ഷത്തു നിന്നുണ്ടായ ജാഗരൂകതയാണ് വ്യാജമായ ഭാവുകത്വത്തെ ചെറുത്ത് പരാജയപ്പെടുത്തിയത്. കലയും സാഹിത്യവും ജനകീയമായ ഒരു ഭാവുകത്വത്തിന്റെ രൂപീകരണത്തെ പ്രത്യക്ഷമാക്കുകയും ചെയ്തു. ഇടതുപക്ഷ പുരോഗമന ദേശീയ പ്രസ്ഥാന ങ്ങൾ കഴിഞ്ഞ ഒരു നൂറ്റാണ്ട് കാലം നടത്തിയ സംഘടിതവും അസം ഘടിതവുമായ എണ്ണമറ്റ ചെറുത്ത് നിൽപ്പുകൾ രാഷ്ട്രീയ സ്വാതന്ത്ര്യത്തോ ടൊപ്പം ജനാധിപത്യപരമായ അധികാരാവകശങ്ങളും സാധാരണ ജനങ്ങൾക്ക് ഒരു പരിധിവരെ പ്രാപ്യമാക്കിമാറ്റി. ചരിത്രപരമായ ഈ നേട്ടങ്ങളെയെല്ലാം നിർവ്വീര്യമാക്കാൻ ഇടതുപക്ഷ മേൽവിലാസത്തിൽ അധികാരത്തിൽ വന്ന ഒരു സർക്കാരിന് കേരളത്തിൽ സാദ്ധ്യമായതെ ങ്ങനെ? അതിന്റെ ഒരു അനുഭവകഥയും ചരിത്ര രേഖയുമാവുകയാണ് സ്വപ്നാസുരേഷിന്റെ ആത്മകഥാഗ്രന്ഥം. ഒട്ടും നിസ്സാരമായോ നിരുപദ്ര വകരമായോ ഈ രചനയെ കാണാനാവില്ല.

ഒരു വ്യക്തിയുടെ അനുഭവാഖ്യാനമായി ആരംഭിച്ച് അവിടെത്തന്നെ അവസാനിക്കാതെ ഒരു നാടിന്റെ ദുരന്താഖ്യാനമായി പരിണമിക്കുമ്പോ ഴാണ് 'ചതിയുടെ പത്മവ്യൂഹ'ത്തിലെ ഒരു വൃത്തം പൂർണമാകുന്നത്. കോവിഡ്-19 വ്യാധിയുടെ മഹാദുരന്തത്തിന് കീഴ്പ്പെട്ട ഒരു നാടിനേയും ജനതയുടെ രാഷ്ട്രീയനിശ്ശബ്ദതയേയും മുതലെടുത്ത് 'ചതിയുടെ പത്മ വ്യൂഹ'ത്തിൽ അകപ്പെടുത്താനുള്ള നിഗൂഢശ്രമങ്ങളുടെ അനുഭവ സത്യങ്ങൾ ഇവിടെ അനാവരണം ചെയ്യപ്പെടുകയാണ്. അധികാര ശക്തിയുടെ ബലത്തിൽ ഒരു ജനതയുടെ രാഷ്ട്രീയ ഇച്ഛാശക്തി അടിമത്തത്തിൽ തളച്ചിടപ്പെട്ടപ്പോൾ, അതിന്റെ നിസ്സഹായ ഇരയും

കുറ്റാരോപിതയും ആവേണ്ടി വന്ന സ്ത്രീയുടെ ധീരമായ ഈ അനുഭവാഖ്യാനത്തിന് അറിവിൽപ്പെട്ടേടത്തോളം മലയാളത്തിലെ ആത്മകഥാസാഹിത്യത്തിൽ സമാനതകളില്ല.

മൂന്ന്

ജീവിതത്തെക്കുറിച്ചെന്നതിലുമധികം മരണത്തെക്കുറിച്ച് സംസാരിക്കുന്ന ആത്മകഥയായി ഈ പുസ്തകം പരിണമിച്ചതിന് ഒരു ചരിത്ര പശ്ചാത്തലമുണ്ട്. ഏതു രൂപത്തിലും വന്നെത്താവുന്ന മരണത്തെ കണ്ണാടിയിൽ കാണുന്നതു പോലെ മുഖാമുഖം നോക്കിക്കൊണ്ടുള്ള ശൈശവവും ബാല്യവും കൗമാരവും പിന്നെ യൗവനവുമാണ് സ്വപ്നാ സുരേഷിന്റേത്. അവരെപ്പോലെ സവർണ്ണ മദ്ധ്യവർഗ്ഗ കുടുബസൗഭാഗ്യങ്ങളുടെ മിക്ക ആനുകൂല്യങ്ങളും അനുഭവിച്ചുകൊണ്ടിരിക്കുന്ന കഴിയുന്ന ഒരു മലയാളി പെൺകുട്ടി ജന്മം തൊട്ട് അനുഭവിച്ചുപോരുന്ന അനാഥത്വത്തിനും ദുരന്താനുഭവങ്ങൾക്കും കേരളീയ സമൂഹത്തിൽ ആഴത്തിലുള്ള വേരുകളുണ്ട്. വാസ്തവത്തിൽ ആഗോളീകൃത സമ്പദ് വ്യവസ്ഥയുടെയും നവ ലിബറൽ സംസ്കാരത്തിന്റേയും അധീശത്ത്വത്തിന് ശേഷം കഴിഞ്ഞ നാലു പതിറ്റാണ്ടുകളിലായി കേരളീയ സാമൂഹ്യ ജീവിതത്തിലെ മൂല്യബോധത്തിലുണ്ടായ മാറ്റങ്ങളുടെ ആഘാതമാണ് സ്വപ്നാ സുരേഷ് ഉൾപ്പെട്ട തലമുറയിലുള്ളവരുടെ ജീവിതക്കെടുതികൾക്ക് കാരണമെന്ന് വായനക്കാർ തിരിച്ചറിയേണ്ടതുണ്ട്. അതിനാൽ അത്തരം ദുരനുഭവങ്ങളെ ഒറ്റപ്പെട്ടവയായല്ല പിന്തുടരേണ്ടതെന്ന് ഈ പുസ്തകംശക്തിയായി ഓർമ്മിക്കുന്നുണ്ട്. കുടുംബ ബന്ധങ്ങളുടെ പരിശുദ്ധിയേയും അതിന്റെ നൈസർഗ്ഗികതയേയും കുറിച്ചുള്ള നീതിന്യായബോധത്തിന്റെ പൊള്ളത്തരങ്ങളെയെല്ലാം ഈ ആത്മകഥാ രചന മറ നീക്കിക്കാട്ടിത്തരുന്നുണ്ട്. മേലാള കുടംബസങ്കൽപ്പങ്ങൾ പകിട്ടിനും പദവിക്കും വേണ്ടി അണിയുന്ന അലങ്കരണങ്ങൾക്ക് തുല്യം പ്രദർശന വസ്തുവായി മാറിക്കഴിഞ്ഞതിനെ സ്വാനുഭവത്തിന്റെ വെളിച്ചത്തിൽ അവർ കണ്ടെത്തുകയുംഅവതരിപ്പിക്കുകയുമാണ്. ജീവിതത്തിനും മരണത്തിനും ഇടയിലുള്ള അതിർ വരമ്പുകളെയെല്ലാം അപ്രസക്തമാക്കിയാണ് അധികാരവ്യവസ്ഥ ഒന്നിനു പിറകെ മറ്റൊന്നായി ദുരന്താനുഭവങ്ങൾ കൊണ്ട് ഇരയുടെ ജീവിതത്തെ കീഴ്പ്പെടുത്താൻ സാഹസപ്പെടുന്നത്. ജീവിതത്തിന്റെ ലളിതമായ ഒരു പാഠം പഠിക്കാൻ സ്വപ്നാ സുരേഷിന് മരണത്തിന്റെ കഠിനവും സങ്കീർണ്ണവുമായ പാഠങ്ങൾ അനവധി പഠിക്കേണ്ടി വരുന്നു. ആത്യന്തികമായി ഈ പാഠങ്ങൾ നമ്മെ പഠിപ്പിക്കുന്നതിതാണ്: നമ്മുടെ കാലം ജീവിത സൗഭാഗ്യങ്ങളെയല്ല

ഉദ്ഘോഷിക്കുന്നത്; മരണക്കെട്ടുതികളെയാണ്. വെറും മരണങ്ങളെ യല്ല, നിഷ്ഠുരങ്ങളായ പാതകങ്ങളെയുംനരഹത്യകളെയും!

വ്യക്തിജീവിതത്തിലും കുടുംബ ബന്ധങ്ങളിലും പരിമിതപ്പെടുന്ന ഒരു ദുരന്താനുഭവം മാത്രമല്ല ഇവിടെ മരണം. അപൂർവ്വ പ്രതിഭാസ മായല്ല ജീവിച്ചിരിക്കുന്ന സത്യമായാണ് ആത്മകഥയിൽ മരണം കടന്നു വരുന്നത്. ഇടതുപക്ഷ കമ്യൂണിസ്റ്റ് പ്രസ്ഥാനങ്ങൾ സാധാരണ ജനങ്ങൾക്കിടയിൽ ആർജ്ജിച്ച രാഷ്ട്രീയ ബോദ്ധ്യവുംപ്രത്യയശാസ്ത്ര പ്രമാണവും കമ്മീഷൻ പ്രതിഫലത്തിന് വേണ്ടി വിറ്റഴിക്കപ്പെടുമ്പോൾ കേരളം ഒരു നൂറ്റാണ്ട് കാലം കൊണ്ട് വളർത്തിയെടുത്ത ജനാധിപത്യ രാഷ്ട്രീയ സംസ്കൃതിയുടെ മരണമണിയാണ് ഈ ആത്മകഥാ പുസ്തക ത്തിൽ മുഴങ്ങിക്കേൾക്കുന്നത്. നാടിന്റെ കാവലാളാവാൻ ചുമതലപ്പെട്ട വരാണ് ഒരു മഹാവ്യാധിയുടെ മറവിൽ കൊള്ളക്കാരും കൊള്ളമുതൽ പങ്കുവെപ്പുകാരുമായി ഇവിടെ പരിണമിക്കുന്നത്. ഒരു ദേശത്തിന്റെ സാമൂഹികവും രാഷ്ട്രീയവും സാസ്കാരികവുമായ മൂല്യവ്യവസ്ഥ ഒന്നാകെ തകർന്നടിയുന്നതിന്റേയും അതിന്റെ സ്ഥാനത്ത് മരണത്തിന്റെ മഹാ ശൂന്യത മാത്രം ബാക്കിയാവുന്നതിന്റേയും കൃത്യമായ കണക്കു പുസ്ത കമാണ് ഒരു ആത്മകഥാഖ്യാനത്തിന്റെ രൂപംധരിച്ച് ഇന്ന് നമ്മുടെ ഗാഢമായ വായനക്ക് വിഷയമായിത്തീർന്നിരിക്കുന്നത്. മാധ്യമങ്ങൾ ‘സെൻസേഷന’ലായി മാത്രം കണ്ട ഒരു വിഷയത്തിന്റെ വ്യാപ്തിയും ആഴവും ശരാശരി മദ്ധ്യവർഗ്ഗ രാഷ്ട്രീയ ചിന്തക്ക് സങ്കൽപ്പിക്കാൻ പോലും കഴിയാത്തതാണെന്ന് നാം വൈകിയെങ്കിലും ഓർക്കേണ്ടതു ണ്ട്. ആത്മകഥാ പുസ്തകത്തിന്റെ രചനയിൽ സ്വപ്നാസുരേഷ് പ്രകടിപ്പി ക്കുന്ന മികവിന്റേയും സൂക്ഷ്മതയുടേയും വളരെ ചെറിയ ഒരംശമെങ്കിലും വായനയിൽ തിരിച്ചു നൽകാൻ നമുക്ക് ഉത്തരവാദിത്തമുണ്ട്. കേരളീയ രാഷ്ട്രീയ ബോധം അതാണ് ആവശ്യപ്പെടുന്നത്.

(നവംബർ 2022)

'മണിപ്പൂർ മൊസൈക്ക്': ജോഷി ജോസഫിന്റെ ചലച്ചിത്രാന്വേഷണങ്ങൾ

ഒന്ന്

കഴിഞ്ഞ മൂന്ന പതിറ്റാണ്ട് കാലം ചലച്ചിത്ര പ്രവർത്തനത്തിൽ ഗാഢമായി ഏർപ്പെട്ടു വരുന്ന ഒരാളുടെ കലാജീവിതത്തെ ഒരൊറ്റ ഹ്രസ്വചിത്രത്തെ മാത്രം അടിസ്ഥാനമാക്കി വിലയിരുത്താൻ ഒരുങ്ങുന്നത് യുക്തിക്ക് നിരക്കുന്നതല്ല. അത്തരം സാഹസികതകൾക്ക് ഇവിടെ ഒരുങ്ങുകയല്ല. ദേശീയ ശ്രദ്ധ നേടിയ 'ആരാച്ചാരുടെ ഒരു ദിവസം' (2000) മുതൽ സമീപ കാലത്തെ 'ജലോപരി നടത്തം' (2021)വരെയുള്ള ജോഷിയുടെ ചലച്ചിത്ര സപര്യക്കിടയിലെ ഹ്രസ്വവും ദീർഘവുമായ ശ്രമങ്ങളെയെല്ലാം അതിനായി പരിഗണിക്കേണ്ടതുണ്ട്. അതിനു പകരം 'മണിപ്പൂർ മൊസൈക്ക്' എന്ന ജോഷി ജോസഫിന്റെ ഹ്രസ്വരചനയിലെ സൂക്ഷ്മമായ ചില നിരീക്ഷണങ്ങളും അവയെ യാഥാർത്ഥ്യങ്ങളാക്കി മാറ്റിയ വിവിധ ചോദനകളും ഈ കുറിപ്പുകളിൽ സംഗ്രഹിക്കപ്പെടുകയാണ്. സമകാലിക സംഭവഗതികളുടേയും പ്രത്യയ സംഹിതകളുടേയും ഇഴകൾ മറ്റെല്ലാ ജോഷി ചലച്ചിത്രത്തിലുമെന്ന പോലെ ഇവിടെയുംവേർപിരിക്കാനാവാത്ത വിധം കെട്ടുപിണഞ്ഞ് കിടക്കുന്നത് വായിക്കാൻ ശ്രമിക്കുകയാണ്. എഴുത്താണി കൊണ്ട് ഓലയിൽ രേഖപ്പെടുത്തപ്പെടുത്തപ്പെടുന്ന അപരിചിത അക്ഷരങ്ങളെയെന്ന പോലെ ജോഷിയുടെ സിനിമകളിൽ വിന്യസിക്കപ്പെടുന്ന കാഴ്ച്ചയുടേയും ശബ്ദത്തിന്റേയും മൗനത്തിന്റേയും അക്ഷരങ്ങളും

പ്രത്യേകമായ വായനാ സാക്ഷരത നമ്മളിൽ നിന്ന് ആവശ്യപ്പെടുന്നുണ്ട്. 'സാമാന്യ ബോധ'ത്തിന്റെ കാഴ്ചയെയും അതിസാധാരണവും 'സ്വീകാര്യ'വുമായ ശരാശരിയുക്തിയുടെ ഭാഷയേയും ജോഷിയുടെ സവിശേഷമായ ചലച്ചിത്രഭാഷ പകരം വെക്കുന്നത് അത്യസാധാരണവും അപരിചിതവുമായ ഒരു അപൂർവ്വ ദൃശ്യഭാഷയാലാണ്. വാക്കുകളുടേയും ശബ്ദങ്ങളുടേയും വർണ്ണക്കൂട്ടുകളുടേയും അസംബന്ധങ്ങൾ കൊണ്ട് മലീമസമായ അരാഷ്ട്രീയ ഭാവുകത്വത്തെ മഹനീയമെന്ന് കൊണ്ടാടുന്ന നമ്മുടെ സമൂഹമനസ്സിന് ജോഷി ജോസഫിന്റെ സിനിമയെ പെട്ടെന്ന് തിരിച്ചറിയാൻ കഴിയണമെന്നില്ല. അതിന് ഇനിയും പാഠങ്ങളനവധി പഠിക്കേണ്ടി വരും. മുന്നൊരുക്കമില്ലാതെയും, അനേകം മുൻവിധികളോടെയും ചലച്ചിത്രം കാണാനെത്തുന്നവരെയെല്ലാം തൃപ്തിപ്പെടുത്തുകല്ല 'ജനകീയ കല'യുടെ ധർമ്മം. ചരിത്രം ശരിയായ പാഠങ്ങളോടൊപ്പം തെറ്റായ നിരവധി പാഠങ്ങളേയും ചലച്ചിത്ര ഭാവുകത്വത്തിന്റെ പേരിൽ സമൂഹത്തിൽ പ്രചരിപ്പിച്ചിട്ടുണ്ട്. അത് തിരുത്തപ്പെടുകയാണ് പ്രധാനം. ജോഷിയുടെ സിനിമ നൽകുന്ന സന്ദേശമാണത്. (MANIPUR MOSAIC https://youtu.be/kqITd8hAzxA)

ഹ്രസ്വമായ ഈ ചലച്ചിത്രാഖ്യാനം(2018) ഹ്രസ്വങ്ങളായ മൂന്ന് സവിശേഷ ആഖ്യാനങ്ങളുടെ ചേരുവയിൽ നിന്ന് പിറവിയെടുക്കുന്നതായാണ് സങ്കൽപ്പിക്കപ്പെടുന്നത്. പ്രത്യേകമായ ശീർഷകങ്ങൾ അവയ്ക്ക് ഓരോന്നിനും സ്വന്തമായുണ്ട്. എങ്കിലും തനിമകളുടെ കൂടിച്ചേർച്ച മൊസൈക്കിന്റെ സവിശേഷമായ രൂപീകരണത്തിനു

കാരണമാകുന്നതുപോലെ സ്വത്വങ്ങളുടെ സംയോജനം (ഏകീകരണം) മണിപ്പൂരിലെ ജീവിത വൈരുദ്ധ്യങ്ങളുടെ കൂടിച്ചേർച്ചക്കും ഇടയാക്കുന്നു. ഫിലിംസ് ഡിവിഷന്റെ നിർമ്മിതിയായ ജോഷി ജോസഫ് ചിത്രം 'ഔദ്യോഗികമായി' സ്വന്തംശീർഷകത്തിലൂടെ ഉറക്കെ പ്രക്ഷേപിക്കുന്നത് അധികാര പക്ഷത്തു നിന്നുള്ള ആശയസംഹിതയുടെ ഉറക്കെയുള്ള വിളംബര ശബ്ദമാണ്.അതിൽ അസ്വാഭാവികതയില്ല. എന്നാൽ അവിടെ അവസാനിക്കാനും അവസാനിപ്പിക്കാനും സംവിധായകൻ തയ്യാറാകാതിരിക്കുമ്പോഴാണ് ജോഷി ജോസഫ് സിനിമയുടെ ഉള്ളടക്കങ്ങൾ 'അനൗദ്യോഗികമായ' ചലച്ചിത്ര വായനയെ സാധ്യമാക്കുന്നത്.

രണ്ട്

'കണ്ണാടിയിൽ ചെന്നു പതിച്ച പക്ഷി', 'ഒരു തേൻതുള്ളിയെക്കുറിച്ചുള്ള ആത്മവിചാരങ്ങൾ', 'നിർബന്ധമായും പക്ഷികൾക്ക് മാത്രം'

ഏതാണ്ട് 12 മിനിട്ട് ആകെ ദൈർഘ്യമുള്ള ‘മണിപ്പൂർ മൊസൈക്കി’ൽ ഉൾച്ചേരുന്ന സ്വതന്ത്രങ്ങളായ മൂന്ന് തുല്യഭാഗങ്ങൾക്ക് യഥാക്രമം നൽകപ്പെടുന്ന പേരുകളാണിവ. പ്രത്യക്ഷമായ പരസ്പര ബന്ധംമൂന്ന് ‘കഥാഖ്യാന’ങ്ങൾക്ക് തമ്മിലില്ല. എങ്കിലും അവയെ കൂട്ടിയിണക്കുന്നത് ജോഷിയുടെ പരിചരണ രീതിയാകുന്നതോടു കൂടി ചിത്രങ്ങൾ ഫിലിംസ് ഡിവിഷൻ നിർമ്മിതിയുടെ പരിമിതമായ അതിരുകളെ ഭേദിക്കുകയും ജോഷി ജോസഫ് എന്ന സംവിധായകന്റെ ‘സവിശേഷ’ രചനകളാനിത്തീരുകയും ചെയ്യുന്നു. ബാഹ്യവും കേവലം രൂപപരവുമായ വിഷയ പരിചരിചരണമല്ല ഇത്. പ്രകൃതിയും സർവ്വചരാചരങ്ങളും ഒന്നിച്ച് ഒരു ലോകത്തിൽ ഒത്തുചേരുകയും തുല്യനിലയിൽ സ്വതന്ത്രമായി ജീവിക്കാനുള്ള അവകാശം സ്ഥാപിക്കാൻ തുടങ്ങുകയുംചെയ്യുന്നതോടെയാണ് മണിപ്പൂർ മൊസൈക്കിലെ വ്യത്യസ്ത കഥാഖ്യാനങ്ങൾക്ക് തുടർച്ചയും പരിണാമവും ഉണ്ടാകുന്നത്. മൃഗങ്ങളും പക്ഷികളും മരങ്ങളും മനുഷ്യരും ഒരു പോലെ തനിമ നിർത്താൻ പാടുപെടുകയാണെന്ന അത്യന്തം

ഉദാത്തമായ ഒരു ദർശനമാണ് മണിപ്പൂർ മൊസൈക്കിന് ആഖ്യാന പരമായ ഐകരൂപ്യം നൽകുന്നത്.

കലാപരവും ആഖ്യാനാത്മകവുമായ ഐകരൂപ്യം, പ്രത്യേക നിയമ പരിരക്ഷയിൽ മണിപ്പൂർ ഉൾപ്പെടെയുള്ള നാല് വടക്കു കിഴക്കൻ പ്രവിശ്യകളിൽ ഒരു കാലത്ത് അടിച്ചേൽപ്പിച്ച (പിൽക്കാലത്ത് ഉപാധികളോടെ അയവ് വരുത്തിയ) ഭരണകൂട ഐകരൂപ്യത്തിന്റെ അഹിംസാത്മകമായ നിഷേധമാണെന്നത് വളരെ പ്രധാനമാണ്. ഭൗമ പ്രകൃതിയിലെ ജീവിതമെന്ന പ്രതിഭാസം പക്ഷികളെ കേന്ദ്രമാക്കിയുള്ള ശീർഷകങ്ങളിൽ ആരംഭിക്കുകയും (Bird hit on the mirror, Srictly for birds) അവയെ പിന്തുടരുകയും മാത്രമല്ല ചെയ്യുന്നത്. ജീവിക്കാൻ പറ്റാതാകുമ്പോൾ കൂടുകളെപ്പോലും ഉപേക്ഷിക്കാനും (നാട്ടുംവീട്ടും നഗരവുംപോലെ!) പുതിയ കൂടുകൾ അന്വേഷിക്കാനും പക്ഷികൾ നിർബന്ധിക്കപ്പെടുന്നു. സ്വയംഹത്യക്ക് പകരം പക്ഷിയും (നിർബന്ധമായുംപക്ഷികൾക്ക് മാത്രം!) ഐറോംഷർമിളയും (ഒരു തേൻ തുള്ളിയെക്കുറിച്ചുള്ള ആത്മവിചാരങ്ങൾ) അവസാനം തിരഞ്ഞെടുക്കുന്നത് കൂട് ഉപേക്ഷിക്കുക എന്ന നിഷേധത്തിന്റെ ആത്യന്തിക പാത തന്നെയാകുന്നത് കലാപരമായ ഐകരൂപ്യത്തിന്റെ ആഖ്യാനാത്മക മാതൃകയാകുന്നു എന്ന് പറയാം.

ജോഷി ജോസഫിന്റെ ചലച്ചിത്രലോകത്തിൽ മനുഷ്യരും മറ്റു ജീവജാലങ്ങളുംതമ്മിലും മനുഷ്യർ തമ്മിൽത്തമ്മിലും ഉള്ള അധികാര ബന്ധങ്ങൾ സൂക്ഷ്മമായി നിരീക്ഷിക്കപ്പെടുന്നുണ്ട്. പ്രഭാത സവാരിക്ക് മുമ്പ് വൃദ്ധനെ വിളിച്ചുണർത്തുകയും റോഡിലെ വാഹനത്തിരക്കിനെ

ഗൗനിക്കാതെ വൃദ്ധനോട് ചേർന്ന് ഒപ്പത്തിനൊപ്പംമെല്ലെ നടന്നു നീങ്ങുകയും ചെയ്യുന്ന അരയന്നത്തിന്റെ ദൃശ്യംഓർമ്മിക്കുക! ജീവജാലങ്ങളുടെ ജൈവികമായ പരസ്പരബന്ധത്തിന്റേയും സാഹോദര്യഭാവത്തിന്റേയും ജീവസ്സുറ്റതും ചലനാത്മകവുമായ ദൃശ്യമാതൃകയായി അതു കാണപ്പെടുന്നു. (കണ്ണാടിയിൽ ചെന്നു പതിച്ച പക്ഷി) പുരാവൃത്തങ്ങൾ വീരപരിവേഷം നൽകി നൂറ്റാണ്ടുകളിൽ വിശ്രമമില്ലാതെ കുളമ്പടികൾ പതിപ്പിച്ച് ജൈത്രയാത്ര നടത്തിയ മണിപ്പൂരി കുതിരകൾ, ഐറോം ഷർമിള പതിനാറു വർഷത്തെ നിരാഹാര സമരം നിർത്തുന്നതിന് മൂകസാക്ഷികളായി അനുതാപാർദ്രത നിഴലിക്കുന്ന കണ്ണുകൾ ചിമ്മി സ്തബ്ധരായി നിൽക്കുന്ന (ഒരു തേൻതുള്ളിയെക്കുറിച്ചുള്ള ആത്മവിചാരങ്ങൾ) അവസാന രംഗവും ഇതിനോടൊപ്പം ചേർത്ത് വായിക്കേണ്ടതാണ്. കൂടൊഴിഞ്ഞ് പോകുന്ന പക്ഷിയുടെ അവസാന യാത്രയെ രാഗവിസ്താരത്താൽ ആശ്വസിപ്പിക്കുകയും ആശിർവ്വദിക്കുകയുമാണ് മറ്റൊരു അന്ത്യരംഗം.ഇത് സ്ത്രീ ശക്തിയുടെ ഉയിർത്തെഴുന്നേൽപ്പിനെക്കുറിച്ചുള്ള പ്രതീക്ഷകൾ അവശേഷിപ്പിക്കുകയും ചെയ്യുന്നുണ്ട്. ഉർവ്വരതയുടെ പ്രതീകമായി സ്ത്രീയും ഭൂമിയും ലോകവും ഇവിടെ ഒന്നിക്കുകയാണ് (നിർബന്ധമായും പക്ഷികൾക്ക് മാത്രം).

പക്ഷികളുംമറ്റു ജന്തുജാലങ്ങളും വൃദ്ധരും സ്ത്രീകളുമെല്ലാം അടങ്ങുന്ന സ്വപ്നതുല്യമായ ആവാസലോകത്തു നിന്ന് ഞെട്ടിയുണരാൻ കാലമായെന്നറിയിക്കുന്ന ചില സന്ദർഭങ്ങളുണ്ട്. നടുക്കമുണ്ടാക്കുന്ന ഈ നിശ്ചല ദൃശ്യങ്ങൾ മണിപ്പൂർ ജീവിതത്തിന്റെ മറുപുറംകാട്ടുന്നു. അവിടെ ചോര പുരണ്ട മുഖങ്ങളും മറ്റു ശരീര ഭാഗങ്ങളും മൊണ്ടാഷ് കാഴ്ചകളുടെ വിഭ്രാമകമമായ രൂപം ധരിക്കുന്നു. മണിപ്പൂർ മൊസൈക്കിന്റെ പ്രശാന്തത അതോടെ പ്രശ്നസങ്കീർണ്ണവും ഫലിപ്പിക്കുന്നതുമാകുന്നു. പക്ഷികളും ജന്തുജാലവും ശബ്ദിക്കാനാവാത്ത നിർഭാഗ്യവാന്മാരും അധിവസിക്കുന്ന ലോകം അതിജീവിതം കണ്ടെത്തുന്നത് അധികാര പക്ഷത്തു നിന്ന് പ്രകടിപ്പിക്കപ്പെടുന്ന ദയാ ദാക്ഷിണ്യംകൊണ്ടു മാത്രമാകുന്നു ജോഷിയുടെ കല। മണിപ്പൂരിന്റെ ദുരന്ത ഭൂമിയിൽ നിന്ന് സ്വായത്തമാക്കുന്ന ഉൾക്കാഴ്ചയാണിത്. ഹിംസയുടെ പക്ഷം കനിഞ്ഞു നൽകുന്ന ദയയാലാണ് അഹിംസക്ക് ജീവൻ നിലനിർത്താൻ പ്രാണവായു ലഭിക്കുന്നത് ചരിത്രാനുഭവങ്ങളുടെ പിൻബലത്തോടെ ജോഷിയുടെ സിനിമ സ്വരൂപിക്കുന്ന ദാർശനിക പാഠംകൂടിയായി ഇതിനെ തിരിച്ചറിയേണ്ടതാണ്. ഭരണകൂടങ്ങൾ ഏതൊരു ജനതയുടെയുംരാഷ്ട്രീയ ഇച്ഛയ്ക്കു മേൽ ബലംപ്രയോഗിച്ച് അടിച്ചേൽപ്പിക്കുന്ന യാന്ത്രിക യുക്തിയുടെ 'ബലപ്രയോഗ' നയം ഭാവനാത്മകമായി അട്ടിമറിക്കപ്പെടുന്നുണ്ട് 'മണിപ്പൂർ മൊസൈക്ക്' എന്ന ഈ ചെറു ചിത്രത്തിൽ.

മൂന്ന്

യഥാർത്ഥത്തിൽ 'മണിപ്പൂർ മൊസൈക്ക്' രണ്ടു തരംകാഴ്ച്ചകളെ സാധൂകരിക്കുന്നുണ്ട്: ആദ്യത്തേത് ഔദ്യോഗികം. രണ്ടാമത്തേത് അനൗദ്യോഗികം. ഔദ്യോഗികമായ നോട്ടത്തിൽ മണിപ്പൂർ പ്രകൃതിയും ജീവിതവും മൊസൈക്കിന്റെ ലാവണ്യം പ്രസരിപ്പിക്കുന്നു. ദൂരക്കാഴ്ച്ചയിൽ സിനിമ നമുക്ക് കാണിച്ചു തരുന്നത് മനുഷ്യനും പ്രകൃതിയും ജന്തുജാലങ്ങളും ചേർന്ന് രൂപപ്പെടുത്തുന്ന നിശ്ചിത പാറ്റേണുകളുടെ സൗന്ദര്യങ്ങളെയാണ്. അകലെ നിന്ന് കാഴ്ച്ച കാണുന്നവർക്ക് ഇത് മാറിമാറി വരുന്ന രൂപപ്പൊലിമകളുടെ ആകർഷകമായ ദൃശ്യം മാത്രമേ ആകുന്നുള്ളൂ. ഫിലിംസ് ഡിവിഷന്റെ 'ഔദ്യോഗിക' മേൽനോട്ടം അതാണ് ആവശ്യപ്പെടുന്നത്. അകലെ നിന്ന് കാണുകയും ആസ്വദിക്കുകയും ചെയ്യുന്നയാളുടെ സൗന്ദര്യ ബോധത്തേയും ജിജ്ഞാസയേയും തൃപ്തിപ്പെടുത്തുകയാണ് ആദ്യകാഴ്ച്ചയിൽ പ്രധാനം. പ്രശാന്തതയുടേയും തനിമയുടേയും ആദർശാത്മകമായ കൂടിച്ചേരലാണത്. ഔദ്യോഗികമായി സ്വീകരിക്കപ്പെടുന്നതും അംഗീകരിക്കപ്പെടുന്നതും ഇത്തരം ദൂരക്കാഴ്ചകൾ തന്നെയാകുമെന്നതിൽ അപാകതയില്ല.

എന്നാൽ അധികാര പക്ഷത്ത് നിന്നുള്ള ഔദ്യോഗികമായ ദൂരക്കാഴ്ചകൾ എല്ലാ കാലത്തും എല്ലായിടത്തും സാധൂകരിക്കപ്പെടുകയില്ല. സൂക്ഷ്മമായി കാണേണ്ട കാര്യം എന്താണെന്ന് സമീപ ദൃശ്യം വ്യക്തമാക്കുന്നു. അത് എങ്ങനെ കാണണമെന്നും വ്യക്തമായി ധ്വനിപ്പിക്കുന്നു. ജോഷി ജോസഫിന്റെ സംവിധാനകല ഇക്കാര്യം അർത്ഥശങ്കക്കിടയില്ലാതെ ആവർത്തിച്ച് തെളിയിച്ചിട്ടുണ്ട്. ഔദ്യോഗികമായ നോട്ടങ്ങൾക്ക് പകരം തികച്ചും അനൗദ്യോഗികവും അരക്ഷിതവുമായ നോട്ടങ്ങളാണ് ('ഒരു തേൻ തുള്ളിയെക്കുറിച്ചുള്ള ആത്മവിചാരങ്ങ'ളിൽ) ഐറോംഷർമിളയെന്ന പോരാട്ട വ്യക്തിത്വത്തിന്റെ അത്യപൂർവവും അസന്നിഗ്ദ്ധവുമായ ഒരൊറ്റ നിമിഷത്തിന്റെ സമീപക്കാഴ്ച്ചയെ ഇന്നത്തെ യാഥാർത്ഥ്യത്തിന്റെ നേർപരിച്ഛേദമായി കാണിക്കാൻ ജോഷിയെ പ്രാപ്തമാക്കിയത്. നിശ്ശബ്ദതയുടെ ഇതിഹാസ ചിത്രമായ 'പാഷൻ ഓഫ് ജോൺ ഓഫ് ആർക്കിൽ' തിയോഡോർ ഡ്രയറിന്റെ സംവിധാനവും ഫാൽകനറ്റിയുടെ അഭിനയവും അനശ്വരമാക്കിയ സെന്റ് ജോണിന്റെ നിശ്ചല ദൃശ്യത്തെ (1928) ശക്തമായി ഓർമ്മിപ്പിക്കുന്ന ഒരു തുള്ളി തേനിന്റെ കയ്പുരുചിയിൽ ഐറോംഷർമിള എന്ന യഥാർത്ഥ സ്ത്രീ സത്യത്തെ മുഖാമുഖം ദർശിക്കുന്ന 'മണിപ്പൂർ മൊസൈക്കി'ലെ അവസാനത്തെ സമീപ ദൃശ്യം.

(ജൂലൈ 2022)

എം.പി.രാധാകൃഷ്ണന്റെ എഴുത്ത് ജീവിതം

ഒന്ന്

എം.പി. രാധാകൃഷ്ണൻ ഇവിടെ എഴുത്തിന്റെ വിഷയമാകുകയാണ്. ഒട്ടും എളുപ്പമുള്ള കാര്യമല്ലിത്. ഞങ്ങളുടെ എഴുത്ത് ജീവിതത്തിന്റെ അതിരുകൾ പല സന്ദർഭങ്ങളിലും കൂടിക്കലർന്നും വേറിട്ടും വരുന്നുണ്ട്. പലപ്പോഴും അവ പരസ്പര വിരുദ്ധങ്ങളായ വഴികൾ തേടുകയും വ്യത്യസ്തതകൾ സ്ഥാപിക്കാൻ ശ്രമിക്കുകയും ചെയ്യുന്നു. ഞങ്ങളെ കൂട്ടിയോജിപ്പിക്കുകയും വേർതിരിക്കുകയും ചെയ്യുന്ന പ്രത്യേകഘടകങ്ങൾ ഏതൊക്കെയാണെന്ന് ഈ സാഹചര്യത്തിൽ എളുപ്പത്തിൽ പറഞ്ഞുപോവാനാവില്ല. എങ്കിലും ഈ കുറിപ്പുകൾ ഇനിയും ഒഴിവാക്കാനാവാത്തതാണ്. അത് ഒരു അനിവാര്യതയായി ഇന്നനുഭവപ്പെടുന്നുണ്ട്. രണ്ടു പേരുടേയും എഴുത്തു ജീവിതങ്ങളെ സൂക്ഷ്മമായി നോക്കിക്കാണാനും സ്വയം വിമർശനപരമായി തിരിച്ചറിയാനും ഇത്തരം എഴുത്തുകൾ ആവശ്യമായി ത്തീർന്നിരിക്കുന്നു. അതിനു ഇടം കുറിക്കുകയാണ് ഈ കുറിപ്പുകളുടെ ഉദ്ദേശ്യം.

രാധാകൃഷ്ണന്റെ വ്യക്തിജീവിതത്തേയയും സർഗ്ഗാത്മക ജീവിതത്തേയും പ്രത്യേകം പ്രത്യേകമായി വേർതിരിക്കുന്ന ഘടകങ്ങൾ വളരെ അപൂർവ്വങ്ങളാണെന്ന് ആദ്യം തന്നെ പറഞ്ഞു വെക്കേണ്ടതുണ്ട്. ഇനിയും പൂർണ്ണരൂപത്തിൽ പ്രകാശിതമാവാത്ത ആത്മകഥാക്കുറിപ്പുകൾ ഈ സത്യം ഒരിക്കൽക്കൂടി തെളിയിക്കുന്നുണ്ട്. വ്യക്തിതലത്തിലും സർഗ്ഗാത്മകതയുടെ തലത്തിലും പലപ്പോഴും മറയില്ലാതെ പ്രത്യക്ഷപ്പെടുന്ന

എം.പി. രാധാകൃഷ്ണൻ എന്ന എഴുത്തുകാരനിലെ 'ഞാൻ' ഞങ്ങളെ പ്പോലുള്ളവരുടെ 'വസ്തുനിഷ്ഠ' നാട്യത്തെ ദശാബ്ദങ്ങൾക്ക് മുമ്പേ പിച്ചിച്ചീന്തി എറിയേണ്ടതായിരുന്നു. എന്നാൽ നിർഭാഗ്യവശാൽ അത് സംഭവിച്ചില്ല. 'വ്യക്തിവാദ'ത്തിന്റെ മുഴക്കങ്ങളായി അവയെ കാണാനാണ് ഞങ്ങൾ ശീലിച്ചിരുന്നത്. ദർശനങ്ങളുടെ യാന്ത്രികമായ പ്രയോഗശീലങ്ങളെ മറികടക്കാൻ മാനവികമായ നോട്ടങ്ങൾ കൊണ്ടേ കഴിയൂ. എം.പി.രാധാകൃഷ്ണൻ ഇക്കാര്യം എന്നും പറഞ്ഞു പോന്നിട്ടുണ്ട്. ഇത്രയും ലളിതമായ സത്യം ഞങ്ങളെ ബോദ്ധ്യപ്പെടുത്താൻ രാധാ കൃഷ്ണന്റെ ആവർത്തിക്കപ്പെടുന്ന 'ഞാൻ', 'എന്റെ' പ്രയോഗങ്ങൾക്ക് മുമ്പേ കഴിയേണ്ടതായിരുന്നു. അതിനുപകരം ആത്മനിഷ്ഠമായ 'ആധുനികതയു'ടെ അസംബന്ധ പ്രയോഗശീലമായി ഭാഷയുടെ ആത്മബോധത്തെ (അഹം!) ചുരുക്കിക്കാണാനാണ് ഞങ്ങൾ മുമ്പേ പരിശീലിപ്പിക്കപ്പെട്ടത്. വായനയിൽ നിന്ന് നേടുന്ന അതിരുകളില്ലാത്ത അറിവുകൾക്കൊപ്പം താൻ ആർജ്ജിക്കുന്ന സാരവും നിസ്സാരവുമായ എല്ലാ ജീവിതാനുഭവങ്ങളേയും മനസ്സിന്റെ ഭൂപടത്തിൽ സ്ഥാനപ്പെടു ത്തുന്ന ഒരെഴുത്തുകാരന്റെ സവിശേഷ രചനാരീതിയായി രാധാകൃഷ്ണന്റെ എഴുത്തുകളെ തിരിച്ചറിയാൻ അടുത്തിടപഴകുന്നവർക്ക് പോലും കഴി ഞ്ഞിട്ടില്ലെന്നതാണ് സത്യം. വൈകിയിട്ടാണെങ്കിലും ഇക്കാര്യം ഇന്ന് കുറെയൊക്കെ ഏവർക്കും ബോദ്ധ്യപ്പെട്ടു വരുന്നുണ്ട്.

എം.പി.രാധാകൃഷ്ണന്റെ ആത്മകഥാക്കുറിപ്പുകളിൽ ഏറ്റവും ആപൽ ക്കരമായി കടന്നു വരുന്ന പദം 'രക്ഷകർത്താവാ'യത് യാദൃച്ഛികമല്ല. ബോംബെ നഗരത്തിലെ 'രക്ഷകർത്താ'വിൽ നിന്നുണ്ടായ ദുരനുഭ വങ്ങളെക്കുറിച്ച് പലപ്പോഴും പറയുന്നത് രാധാകൃഷ്ണന്റെ ആഖ്യാന ലോകത്തെ മനസ്സിലാക്കാനുള്ള അർത്ഥവത്തായ സൂചനകളാണ്. തന്നിലെ സർഗ്ഗാത്മകതയുടെ സ്പന്ദമാണ് 'രക്ഷകർത്താവി'നെ എന്നും പ്രകോപിപ്പിക്കുന്നത്. തന്റെ ജൈവികമായ സർഗ്ഗലീലകൾക്കെതിരെ നിഗൂഢമായി പ്രവർത്തിക്കുന്ന ഒരു രക്ഷകർത്താവിനും മാപ്പ് നൽകാൻ രാധാകൃഷ്ണന്റെ ആഖ്യാന ലോകം ഒരിക്കലും ഒരുക്കമല്ല. നേർക്ക്നേരെ അത്തരക്കാരെ എതിരിടുകയും പരാജയപ്പെടുത്തുകയും ചെയ്യുകയാണ് എക്കാലത്തെയും ശീലം. ജൈവികമായ സർഗ്ഗതാളത്തിന്റെ നിലനിൽ പ്പിന് വേണ്ടിയാണിത്. തുടക്കത്തിൽ തന്നെ ഈ എഴുത്തുകാരന്റെ എന്നുമുള്ള ഉറച്ച ബോദ്ധ്യമാണിത്.

'രക്ഷകർത്താവി'ന്റെ നിർബന്ധ പ്രേരണ നിമിത്തം ബോംബെയിൽ നിന്ന് വീട്ടിലേക്കുള്ള മനസ്സില്ലാമനസ്സോടെയുള്ള തിരിച്ചുവരവിന്

ഒരനുഭവസാക്ഷി (അനുബന്ധാഖ്യാനം!) കൂടിയുണ്ട്. അതിനാൽ ചില മുഹൂർത്തങ്ങൾ കൂട്ടിച്ചേർക്കാനുണ്ട്. പല വഴികൾ താണ്ടിയുള്ള മടങ്ങി വരവ് വലിയൊരു ട്രങ്ക്പെട്ടി നിറയെ മാസികകളും റിവ്യൂ ചെയ്യാൻ നഗരത്തിൽ നിന്ന് കിട്ടിയ വലിയ വോള്യം പുസ്തകങ്ങളും ചുമന്ന്. തിരിച്ചു വരുന്ന മകനെ ഏറെ ജിജ്ഞാസയോടെ സ്വീകരിച്ച അമ്മയുടെ (എന്റേയും) മുമ്പിൽ രഹസ്യങ്ങളുടെ കലവറയെന്ന പോലെ ട്രങ്ക് പെട്ടി തുറക്കപ്പെടുന്നു. ഒരു വർഷത്തിലധികം കാലത്തിന്റെ വേർപാടിന് ശേഷം മഹാനഗരത്തിലെ സമ്പാദ്യങ്ങൾ, നേടിയ നേട്ടങ്ങൾ ഇതാ: ടൈംസ് ഓഫ് ഇന്ത്യ, ഫ്രീപ്രസ് ജേർണൽ, ഇല്ലസ്ട്രേറ്റഡ് വീക്ക്‌ലി തുടങ്ങിയവയുടെ ബോംബെ എഡിഷനുകളിൽ താൻ എഴുതിയ രചനകളുടെ അമൂല്യമായ 'സമ്പാദ്യങ്ങൾ'! അത് കണ്ട് അമ്മയുടെ ഉച്ചത്തിലുള്ള ഒരു മൂളലിലും ഉറക്കെയുള്ള ഒരു പൊട്ടിച്ചിരിയിലും അമർത്തിവെച്ച അർത്ഥങ്ങൾ എന്തൊക്കെയെന്നത് അരനൂറ്റാണ്ടിനിപ്പുറം എനിക്കിന്നും അജ്ഞാതമാണ്. ഒരു പക്ഷെ രാധാകൃഷ്ണന് അതിന്റെ അർത്ഥം അന്ന് തന്നെ കൃത്യമായി മനസ്സിലായിക്കാണും.

'രക്ഷകർത്താവി'ന്റെ കുടിലതകൾ അവസാനിക്കുന്നില്ലെന്ന് തിരിച്ച് നാട്ടിലെത്തുംമുമ്പ് തന്നെ രാധാകൃഷ്ണനെ ബോദ്ധ്യപ്പെടുത്താൻ പിന്നീടുണ്ടായ ഈ ഒരൊറ്റ സംഭവം ധാരാളം: മാതൃഭൂമിയുടെ പ്രഗത്ഭനായ പത്രാധിപർ (പേര് തൽക്കാലം രഹസ്യമായിരിക്കട്ടെ!) തനിക്ക് ബോംബെയിൽ നിന്ന് കിട്ടിയ 'ഉദാരമതി'യായ 'രക്ഷകർത്താവി'ന്റെ എഴുത്ത് രാധാകൃഷ്ണനെ കാണിക്കുന്നു. 'സ്വഭാവദൂഷ്യ'മുള്ള സ്വന്തം ബന്ധുവിന്റെ രചനകൾ പ്രസിദ്ധീകരിച്ച് അയാളെ ഒരുവിധത്തിലും സഹായിക്കരുതെന്ന് അതിൽ പ്രത്യേകം ഓർമ്മിപ്പിച്ചിരിക്കുന്നു. മുളയിൽത്തന്നെ നുള്ളിക്കളയുക. ഒരൊറ്റ പൊടിപ്പുകളും ഇയാളിൽ ബാക്കിയുണ്ടാവരുത്. കുടുംബമെന്ന മഹത്തായ സ്ഥാപനത്തിന്റെ 'പരിശുദ്ധി' ഈ ഒരൊറ്റ എഴുത്ത് കൊണ്ടുതന്നെ രാധാകൃഷ്ണൻ എന്ന യുവാവിന് ബോദ്ധ്യപ്പെട്ടിരിക്കണം.

പിൽക്കാലത്ത് തന്നെ പരിരക്ഷിക്കാനുള്ള ഭാവത്തിൽ വന്നെത്തുന്ന എന്തിനേയും, ആരെയും സംശയിക്കാനും അകറ്റി നിർത്താനും എം.പി.രാധാകൃഷ്ണൻ നിർബന്ധിക്കപ്പെട്ടത് തന്റെ സർഗ്ഗാത്മകമായ കഴിവുകളെ ശരാശരി നിലവാരത്തിലേക്ക് ചവുട്ടിത്തള്ളി നിസ്സാരവൽക്കരിക്കാൻ വ്യഗ്രത കാട്ടുന്ന വ്യവസ്ഥാപിതത്വത്തിന്റെ കാപട്യം കാരണമാണെന്ന് വ്യക്തമായി തിരിച്ചറിയാനാകുന്നുണ്ട്.

രണ്ട്

പ്രത്യേകമായ ഒരു പ്രത്യയശാസ്ത്രത്തോടോ പാർട്ടിയോടോ പ്രസ്ഥാനത്തോടോ തനിക്ക് പ്രതിബദ്ധതയില്ലെന്ന് എം.പി.രാധാകൃഷ്ണൻ ആരംഭകാലം തൊട്ടേ വ്യക്തമാക്കിയിട്ടുണ്ട്. മാത്രമല്ല കമ്യൂണിസ്റ്റ് ആശയങ്ങളെ സ്വന്തം വിശ്വാസപ്രമാണമായി സ്വീകരിച്ചവരുമായി സ്റ്റാലിനിസ്റ്റ് ക്രൂരതകളെക്കുറിച്ച് നിരന്തരമായ സംവാദങ്ങളിൽ ഏർപ്പെടുകയും ചെയ്തു. വലതുപക്ഷത്തിന് മാത്രം അവകാശപ്പെട്ടതല്ല ഫാസിസ്റ്റ്ഹത്യകളെന്നും ഇടതുപക്ഷ പ്രസ്ഥാനങ്ങളെ സന്ദിഗ്ദ്ധഘട്ടങ്ങളിൽ ആവേശിക്കുന്ന ദുർഭൂതമായി ഫാസിസ്റ്റ് ഹിംസ മാറുമെന്നുമുള്ള മുന്നറിയിപ്പുകൾ നൽകിയത് റഷ്യയിലേയും ഹംഗറിയിലേയും ചെക്കോസ്ലോവാക്യയിലേയും മറ്റും സാർവദേശീയ അനുഭവങ്ങളുടെ വെളിച്ചത്തിലാണ്. ഇന്നാകട്ടെ നന്ദിഗ്രാമിലേയും സിംഗൂരിലേയും ഒഞ്ചിയത്തേയും സവിശേഷാനുഭവങ്ങൾ രാധാകൃഷ്ണന്റെ നിരീക്ഷണങ്ങളെ പൂർണമായും സാധൂകരിക്കുന്നുമുണ്ട്. മാനവികതയുടെ ഏറ്റവും വലിയ ശത്രു ആരാണെന്ന ചോദ്യത്തിന് കണ്ടെത്തിയ ഉത്തരം: സിദ്ധാന്തമാണ് ശത്രു. ഈ കണ്ടെത്തൽ, ഒരർത്ഥത്തിൽ കപടകർത്തൃത്വങ്ങളായി കടന്നു വന്ന് ചരിതത്തെ കബളിപ്പിക്കുന്ന എല്ലാകാലത്തെയും രക്ഷകവേഷങ്ങളുടെ പരമമായ നിഷേധം തന്നെയാണ്. സിദ്ധാന്തങ്ങൾക്ക് പകരം നിൽക്കാൻ എന്തുണ്ട് എന്ന ചോദ്യം രചനാജീവിതത്തിൽ പലപ്പോഴായി ഉയർത്തിയിട്ടുണ്ടെങ്കിലും തൃപ്തികരമായ ഒരുത്തരത്തിൽ എത്താൻ എഴുത്തിലെ അന്വേഷണങ്ങൾക്ക് സാധിച്ചോ എന്നത് സംശയമാണ്.

ഞാൻ കതിരൂർ ഹൈസ്കൂളിൽ ആറാം ക്ലാസിൽ ചേരുമ്പോൾ രാധാകൃഷ്ണൻ ഏഴാംക്ലാസ്സിലുണ്ട്. സ്കൂളിലെ എന്റെ രക്ഷകർത്താവിന്റെ സ്ഥാനത്താണ് രണ്ടു വയസ്സ് മൂപ്പുള്ള 'അമ്മാവൻ'. എങ്കിലും പരസ്യമായ അമ്മാവൻ വിളിക്ക് അധികം വൈകാതെ വിലക്ക് വന്നു. തൊട്ടടുത്ത ഏഴാം ക്ലാസ്സിന്റെ വാതിൽക്കൽ ഒരു ഇടവേളയ്ക്കു ഞാൻ ചെല്ലുന്നു. ആരെ വേണം കുട്ടികൾ ചോദിക്കുന്നു. എന്റെ ഉത്തരം: 'അമ്മാവൻ'. അങ്ങനെയാണ് എം.പി.രാധാകൃഷ്ണൻ കുട്ടികൾക്കിടയിൽ 'അമ്മാവൻ' എന്ന ബഹുമതിപ്പേരിൽ അറിയപ്പെടുന്നത്. പരിഹാസം അധികമായപ്പോൾ മറ്റാരും കേൾക്കാതെ എന്റെ ചെവിയിൽ ജന്മം തൊട്ടുള്ള പ്രിയപ്പെട്ട രക്ഷകർത്താവ് പറയുന്നു: ഇനി എന്നെ കുട്ടികളുടെ മുന്നിൽ അമ്മാവനെന്ന് വിളിക്കരുത്. പിന്നെ എന്ത് വിളിക്കണമെന്ന് മാത്രം പറഞ്ഞില്ല. അതോടെ ഒരേയൊരമ്മാവൻ അമ്മാവൻ പദവിയിൽ

നിന്ന് സ്വയം ഭ്രഷ്ടനായി. ഇതിന് കാരണമെന്തെന്നറിയാതെ ഞാൻ ചിന്താക്കുഴപ്പത്തിലുമായി. അതോടെ എനിക്കെന്റെ സ്കൂളിലും പുറത്തുമുള്ള രക്ഷകർത്താവിനെ നഷ്ടമായി. പകരം എം.പി. രാധാകൃഷ്ണൻ തുല്യനിലയിലുള്ള സുഹൃത്തുമായി. ഇത് മനസ്സിലാക്കിയാവണം തൊട്ടടുത്ത കൊല്ലം തന്നെ വിദ്യഭ്യാസമന്ത്രിയായിരുന്ന ജോസഫ് മുണ്ടശ്ശേരി രണ്ടു ക്ലാസ്സുകളെ ഒറ്റയടിക്ക് കൂട്ടി യോജിപ്പിച്ച് പുതിയ എട്ടാംക്ലാസ് ഉണ്ടാക്കിയത്. അതോടെ ഞങ്ങൾ മേൽ കീഴ് വ്യത്യാസമില്ലാതെ ഒറ്റ ക്ലാസ്സിലുമായി. എന്റെ രക്ഷകർത്താവ് നഷ്ടപ്പെട്ടെങ്കിലും ഞങ്ങളെ എന്നെന്നേക്കും തുല്യരാക്കിമാറ്റിയ മുണ്ടശ്ശേരിയുടെ വിദ്യാഭ്യാസ പരിഷ്കരണത്തിന് നന്ദി പറയുന്നു.

കുടുംബം, വിദ്യാഭ്യാസം, മതം, ജാതി, സാഹിത്യം, സംസ്കാരം തുടങ്ങിയ വ്യത്യസ്ത മേഖലകളിലെ അധികാര ശക്തികളുമായി നിരന്തരം കലഹങ്ങളിൽ ഏർപ്പെടുന്നതും ഒരു തരം 'ആത്മനിഗ്രഹ'കമായ ജനിതകപ്രേരണ കൊണ്ടെന്ന പോലെ സ്വന്തം കഴിവ് കൊണ്ട് ആർജ്ജിച്ച 'സൗഭാഗ്യ'ങ്ങൾ (പണം പെരുമ സ്ഥാനം!) സ്വയമേവ വലിച്ചെറിയുന്നതും പിൽക്കാലത്ത് എം.പി.രാധാകൃഷ്ണന്റെ സവിശേഷമായ സർഗ്ഗാത്മക ജിവിതത്തിന് തനിമ പകരുന്നുണ്ട്. സി.ജെ.തോമസ്, കേസരി ബാലകൃഷ്ണപിള്ള, ചങ്ങമ്പുഴ, മാധവിക്കുട്ടി, എം.എൻ.വിജയൻ തുടങ്ങിയവരുമായുള്ള ധൈഷണികവും ഭാവനാപൂർണവുമായ ആത്മബന്ധം എം.പി.രാധാകൃഷ്ണന്റെ കലാപവ്യക്തിത്വത്തിന് മലയാളത്തിൽ അപൂർവ്വമായ തുടർച്ച നൽകുന്നുണ്ട്.

ഗൗരവപൂർണമായ എഴുത്ത് ജീവിതത്തിന്റെ തുടക്കത്തിൽ കലാശാലാ വിദ്യാർത്ഥി ആയിരുന്നപ്പോൾ (1969) സി.ജെ.തോമസിനെക്കുറിച്ച് എം.പി.രാധാകൃഷ്ണൻ എഴുതിയതിൽ (മാതൃഭൂമി ആഴ്ചപ്പതിപ്പ്) ഇങ്ങനെ കാണാവുന്നതാണ്: 'ഈ മനുഷ്യൻ എന്തെഴുതുമ്പോഴും അതിന്റെ പിന്നിൽ ഏറ്റവും കലാത്മകമെന്ന് വിശേഷിപ്പിക്കാവുന്ന ഒരു സമീപനത്തിന്റെ പിൻബലമുണ്ടായിരുന്നു. കലയോടുള്ള അസാമാന്യവും അസാധാരണവുമായ ഇച്ഛ. മാറ്റിപ്പറഞ്ഞാൽ ഇന്നത്തെ യുവാവിനെ സംബന്ധിച്ചിടത്തോളം ഒരു ദൈവികമായ ഭ്രാന്താവണം കല' (എം.പി.രാധാകൃഷ്ണൻ: എന്റെ വിശപ്പിന്റെ വിശപ്പ് പേജ് 36-37) കലയോടുള്ള (ജീവിതത്തോടും) അസാമാന്യവും അസാധാരണവുമായ ഇച്ഛയുടെ പൈതൃകം ദൈവികമായ ഭ്രാന്തെന്നപോലെ ഇന്ന് അഞ്ചു പതിറ്റാണ്ടുകൾക്ക് ശേഷവും എം.പി.രാധാകൃഷ്ണൻ അക്ഷരാർത്ഥത്തിൽ പിന്തുടരുക തന്നെയാണ്.

(ജൂൺ 2023)

ഓഷ്വിറ്റ്സിലേക്ക് ഇനി എത്ര ദൂരം?

ഒന്ന്

ഓഷ്വിറ്റ്സ് തടവറ പറയുന്നത് ഈ ഭൂമുഖം ഇനിയും കവിതകളുടെ നാടാകും എന്നു തന്നെയാണ്. ഇവിടെ കവിതകളുണ്ടാകുന്നത് ഇനിമേൽ ഇങ്ങനെ: ശ്വാസം മുട്ടിച്ചും കഴുമരത്തിലേറ്റിയും പീഡനങ്ങളിൽ മുതുക് തകർന്നും കൊല്ലപ്പെട്ടവരുടെ അവസാനത്തെ ശ്വാസവും കവിതയായി പൂക്കും. അവരുടെ അന്ത്യശ്വാസങ്ങൾ അങ്ങനെ വെറുതെ ഒടുങ്ങിത്തീരാനുള്ളതല്ല; ആദ്യ ശ്വാസമായി അത് കവിതയിൽ പ്രാണനായി ഉയിരെടുക്കും. ഓഷ്വിറ്റ്സ് പറയുന്നതാണ്. നിശ്ചയ സ്വരത്തിൽ!

രണ്ട്

ഓഷ്വിറ്റ്സിലെ തടവറകൾ പാഠങ്ങളനവധി പഠിപ്പിക്കുന്നുണ്ട്; ഭൂമുഖത്ത് ഒന്നിനും ഒരു കാലത്തും ഒരുറപ്പും ഇല്ലെന്നതാണ്; ചരിത്രം ജീവിച്ച് തീർത്ത കാലങ്ങളുടെ വെറും കണക്കെടുപ്പല്ലെന്നും ഇനിയും പിറക്കാനിരിക്കുന്ന കുഞ്ഞുങ്ങളുടെ കാണാത്ത കാഴ്ചകളാണെന്നും അത് നിശ്ശബ്ദമായി മൊഴിയുന്നുണ്ട്; ശക്തരും അശക്തരും കുട്ടികളും മുതിർന്നവരും വൃദ്ധരും യുവാക്കളും പുരുഷന്മാരും സ്ത്രീകളും, സമനില തെറ്റിയവരും അല്ലാത്തവരും ഒന്നിച്ച് പറയുന്നത് ഒരേയൊരു കാര്യം തന്നെയാകും. എന്തായാലും അത് ജീവിതത്തിന്റേയോ മരണത്തിന്റേയോ ഉറപ്പുകളെക്കുറിച്ചാവില്ല; ഒന്നിന്റെയും ഓർമ്മയെക്കുറിച്ചുമാവില്ല. ജീവിതമോ മരണമോ? ഇല്ല, യാതൊന്നും അന്തിമമായി സംഭവിക്കില്ല. ഒന്നും ഉദാത്തമായും ഉണ്ടാകില്ല ഓഷ്വിറ്റ്സ് അത് ഉറപ്പായി പറയുന്നുണ്ട്.

മൂന്ന്

ഞങ്ങളുടേതാണ് ചരിത്രം എന്ന് പറയുന്നവരെയെല്ലാം അത് ചരിത്രത്തിന്റെ കരിശ്ശുപാഠങ്ങൾ പഠിപ്പിക്കുന്നുണ്ട്. തടവറയിലെ ചുമരുകളിൽ കുട്ടികൾ കല്ലുകൾ കൊണ്ട് കോറിയിട്ട എഴുത്താണ് ചരിത്രം. ഭ്രാന്തഭാവനയിൽ അജ്ഞാതതടവുകാരൻ വരച്ച വരകളിൽ നിന്നാണ് ഇനി കലകൾ ഉണ്ടാകുന്നത്. അദ്ദു ശ്രീർശ്ശം പറയുന്നുണ്ട്.

നാല്

ഓഷ്വിറ്റ്സ് പറയുന്നു: ജീവിതത്തിനെന്ന പോലെ മരണത്തിനും തയ്യാറെടുപ്പുകൾ ആവശ്യമാണ്. ചിലർക്ക് വേണ്ടി വരുന്നത് ഏതാനും നിമിഷങ്ങൾ; എന്നാൽ മറ്റു ചിലർക്ക് അവസാനം കാണാത്ത കാത്തിരിപ്പുകൾ; അമ്മയെ കാണാൻ കണ്ണ് നട്ടിരിക്കുന്ന കുട്ടി കരുതുന്നത്: ഈ ചവിട്ടു പാത അമ്മയിലേക്ക് തന്നെ; മടിത്തട്ടിൽ സ്വസ്ഥമായി

വിശപ്പില്ലാതെ ഉറങ്ങാം; എന്നാൽ നീതി അവന്റെ കാതിൽ മന്ത്രിക്കുന്നത് ഇതാ ഇങ്ങനെ: നിന്റെ ഉറക്കം ഒരിക്കലും ഉണരാത്തതാകട്ടെ! പേടിസ്വപ്നങ്ങളെ ഭയക്കാതെ നിനക്ക് ഉറങ്ങാൻ സമയമായി. അവസാനത്തെ മടിത്തട്ട് ഇവിടെ ഇതാ ഇവിടെ നീ സ്വസ്ഥമായി ഉറങ്ങുക!

അഞ്ച്

ഓഷ്വിറ്റ്സ് പറയുന്നു: ഒന്നും ഒരിക്കലും അവസാനിക്കുകയില്ല. ഭൂമിയിൽ ജീവിതങ്ങളും മരണങ്ങളും ഒരു നിശ്ചിത ബിന്ദുവിൽ തീരുകയില്ല. ഭൂമുഖത്തെവിടെയും ഓഷ്വിറ്റ്സ് ഇനിയുമുണ്ടാകും.അതിന് പുനർജന്മമുണ്ടാകും! വീണ്ടും വീണ്ടും പിറവി കൊണ്ടേയിരിക്കും! അന്യനെ ശത്രുവായി സങ്കൽപ്പിക്കുന്ന മനസ്സുകൾക്ക് അവസാനമുണ്ടാകുംവരെ, അല്ലെങ്കിൽ ശത്രു ആരെന്ന സങ്കൽപ്പം അവസാനിക്കുംവരെ, ഓഷ്വിറ്റ്സ് പിറവിയെടുക്കും. ഒറ്റയായോ പലതായോ. ഭൂമുഖത്ത് എവിടെയും അത് ആവർത്തിക്കും. ജീവിതത്തിന് ക്രമമുണ്ടാക്കാനെന്ന പേരിൽ; നടപ്പാക്കുന്നത് മരണത്തിന്റെ ദയയില്ലാത്ത അക്രമംമാത്രം!

ആറ്

ഓഷ്വിറ്റ്സിലേക്കിനി നിങ്ങൾക്കും ദൂരമധികമില്ല. നേരവും അധികമില്ല. വരിവരിയായി എത്തുന്ന സന്ദർശകരോടെല്ലാം മൗനമായി ഓഷ്വിറ്റ്സ് മന്ത്രിക്കുന്നുണ്ട്: അധികാര ഭാഷകൊണ്ടു മാത്രം കാര്യമില്ല. അത് പൊള്ളയാണ്. വിശ്വസിക്കരുത്. ചെകിടടപ്പിക്കുന്ന അധികൃത ഭാഷണങ്ങളെ അകത്തു നിന്നും പുറത്താക്കാനുള്ള പ്രാപ്തി വേണം. പകരം നിശ്ശബ്ദതയുടെ വിഷമകരമായ ഭാഷ പഠിക്കണം. മരണം മൊഴിയുന്നത് മൗനമായാണ്. അത് നേരത്തെ അറിയുന്നവനും പറയുന്നവനും വരാനിരിക്കുന്ന ഹത്യയെ ഒരുപക്ഷെ തിരിച്ചറിയാനാവും. ഹിംസ പ്രയോഗിക്കപ്പെടും മുമ്പേ നിശ്ശബ്ദതയിൽ അക്കാര്യം വെളിപ്പെടും. അത് കേൾക്കാൻ കാതുണ്ടാകണം. വായിക്കാനുമാകണം.

ഏഴ്

ഓഷ്വിറ്റ്സ് എവിടെയുമുണ്ട്. അതിന്റെ ഹിംസയേയും മരണത്തേയും കാറ്റിന്റെ ചൂളത്തിലും മഴയിരമ്പത്തിലും വായിക്കാം. മനുഷ്യമാംസത്തിന്റെ മണം മത്തുപിടിപ്പിക്കുന്ന ചിലരെങ്കിലും ഭൂമുഖത്ത് ഇനിയും ബാക്കിയുണ്ട്. മരണം മൂകമായി അക്കാര്യം കാതിൽ മൊഴിയുന്നുണ്ട്. ഓഷ്വിറ്റ്സ് പറയുന്നത് അതാണ്.

എട്ട്

ഓഷ്വിറ്റ്സിലേക്കിനി ദൂരമധികമില്ല മതിൽക്കെട്ടുകൾക്കകത്ത് ഇപ്പോൾ നിറയെ പൂത്തു കഴിഞ്ഞ മരച്ചില്ലകളിൽ കിളികൾ പാടുന്നു: മരിച്ചവരുടെ പേരിൽ അധികം ദുഃഖിക്കേണ്ടതില്ല. ജീവിതം ഇന്നും തീരെ സുരക്ഷിതമല്ല. ഓർമ്മകളുണ്ടായിരുന്നാൽ മാത്രം പോരാ. ഓർമ്മകൾക്ക് ജിവനുണ്ടായിരിക്കണം.ഫോസിലുകളായിത്തീർന്ന ഓർമ്മകൾ കൊണ്ട് എന്തു കാര്യം? ഉണക്കി സൂക്ഷിച്ച ഓർമ്മകൾ നാളത്തെ വിദ്യാർത്ഥികൾക്ക് പഠിക്കാനുതകും. ജീവിക്കാനുതകില്ല. ഓർമ്മകൾ ഉണ്ടായിരുന്നാൽ മാത്രം പോരാ. അത് പച്ചയായി നിലനിൽക്കുകയും തളിർക്കുകയും പൂക്കുകയും വേണം. എങ്കിൽ നാളത്തെ കുഞ്ഞുങ്ങൾക്ക് അത് തണലാകും. മരിച്ചവരെ വെറുതെ വിടുക! ഓർമ്മയുടെ ആചാരം ഒരു ജീവിതത്തേയും രക്ഷിക്കില്ല. ഓഷ്വിറ്റ്സിലേക്കിനി നിങ്ങൾക്കും ദൂരമധികമില്ല. മരച്ചില്ലകളിൽ കിളികൾ ഇടമുറിയാതെ മൊഴിയുന്നുണ്ട്.

(മെയ് 2023)

‘തലശ്ശേരി രേഖകൾ’

ഒന്ന്

തലശ്ശേരിയെ സംബന്ധിക്കുന്നതെന്തും കൗതുകകരമാണ്. അതിൽ അത്ഭുതമില്ല. ജന്മദേശത്തെക്കുറിച്ചുള്ള ഓർമ്മകളും സംസാരവും എഴുത്തുമെല്ലാം ആർക്കും കൗതുകകരമായേ അനുഭവപ്പെടൂ. തലശ്ശേരിയിൽ ജനിക്കുകയും വളരുകയും ചെയ്തവർ, എത്തിപ്പെട്ടശേഷം ഏറെക്കാലം തലശ്ശേരിയിൽ കഴിയാനിടയായവർ, തലശ്ശേരിക്കാരുമായി ഒന്നിച്ച് കഴിയാനിടയായവർ, മിത്തുകളിലും പുരാവസ്തുശാസ്ത്രത്തിലും വിശ്വാസാചാരങ്ങളിലും ഭക്ഷണത്തിലും ചരിത്രത്തിലും കലകളിലും സാഹിത്യകൃതികളിലും തലശ്ശേരിയെ ഉള്ളുകൊണ്ട് അറിയുന്നവർ ഇവരിലെല്ലാം പലപ്പോഴും അവരവർ പോലുമറിയാതെ സ്പഷ്ടമായും അസ്പഷ്ടമായും ഏറിയും കുറഞ്ഞും പതിഞ്ഞു കിടക്കുന്ന ജീവിതമുദ്രകളെയാണ് ഇവിടെ ‘തലശ്ശേരി രേഖകൾ’ എന്ന് വിളിക്കാൻ ധൈര്യപ്പെടുന്നത്. സ്വയം തിരിച്ചറിവിനും ഇതുപോലുള്ള മറ്റു ദേശരേഖകളിൽ നിന്ന് വേറിട്ടു കാണുന്നതിനും ‘തലശ്ശേരി രേഖകൾ’ എന്ന ശീർഷകം അർത്ഥവത്താകുമെന്ന് കരുതുന്നു. ഭാവന നെയ്തെടുക്കുന്ന സങ്കൽപ്പ രേഖകൾ മാത്രമാണിവയെന്ന് പലർക്കും തോന്നാം.

സ്വത്വത്തിന്റെ ഒരു ഭാഗമായി തലശ്ശേരിയെ എന്നും മനസ്സിൽ കാണുന്ന ആളെ സംബന്ധിച്ചിടത്തോളം ഈ സങ്കൽപ്പത്തിന് യാഥാർത്ഥ്യത്തേക്കാൾ തിളക്കമുണ്ടെന്ന് പ്രത്യേകം ഓർക്കേണ്ടതുണ്ട്.

പുരാവൃത്തത്തിന്റേയും ചരിത്രത്തിന്റേയും കലയുടേയും സാഹിത്യത്തിന്റേയും മണ്ണടരുകൾക്ക് ചിറകുകൾ മുളക്കുമ്പോൾ തലശ്ശേരിയുടെ സങ്കൽപ്പരേഖയും ജീവിതരേഖയുമെല്ലാം ഒരൊറ്റ ഒഴുക്കിൽ ഒന്നിക്കുകയും ഒന്നായിത്തീരുകയും ചെയ്യുന്നു. അതുല്യാനുഭവമാകുന്ന കാഴ്ചയാണിത്. പ്രത്യേകമായ ഒരു മനോഹാരിത അതിനുണ്ട്. എന്നാൽ ആഴം കുറഞ്ഞതും ഏകതാനവും സ്വച്ഛവുമായ ഒരൊഴുക്കായി തലശ്ശേരിയുടെ അനുഭവ ജീവിതത്തെ ചുരുക്കിക്കാണുന്നവരുണ്ട്. അവരുമായി നമുക്ക് ഒരിക്കലും യോജിപ്പില്ല. എങ്കിലും ഭൂതകാലവുമായി ഇടപഴകുമ്പോൾ ചില മുൻകരുതലുകൾ ഉണ്ടാകേണ്ടതുണ്ട്. പോയകാലത്തെ സംബന്ധിക്കുന്ന 'ഗൃഹാതുരത്വ'ത്തിന് വർത്തമാന കാലത്തിന്റെ സത്യങ്ങൾ മറയ്ക്കാൻ അവസരം നൽകരുത്. ഇന്നലെയുടെയും ഇന്നിന്റേയും വാസ്തവങ്ങളാകണം നമ്മെ നേരിടേണ്ടത്. നാം അഭിമുഖീകരിക്കുന്നത് ഏറെ സവിശേഷതകളും തനിമകളുമുള്ള ഒരു ദേശത്തിന്റെ സാംസ്കാരിക സ്വത്വത്തെയാണെന്നത് മറക്കരുത്. അവിടെ വേരുകളാഴ്ത്തുന്ന ജനസമൂഹവും അതിന്റെ കൂട്ടായ മനസ്സും അന്വേഷകന്റെ മുന്നിലുയർത്തുന്നത് സങ്കീർണ്ണമായ നിരവധി ചോദ്യങ്ങളാണ്.

രണ്ട്

കടലിരമ്പങ്ങളേയും തീരങ്ങളിലേക്ക് തള്ളി ഉയർന്നു നിൽക്കുന്ന തലയെടുപ്പുള്ള പാറയിടുക്കുകളേയും ഒഴിവാക്കി തലശ്ശേരിയെന്ന പ്രദേശത്തെ കാണാനും സങ്കൽപ്പിക്കാനുമാവില്ല. തലശ്ശേരിയുടെ സവിശേഷ ഭൂസ്ഥിതിയും നൂറ്റാണ്ടുകളിലൂടെ രൂപപ്പെട്ട അതിന്റെ ഗരിമയുള്ള മനസ്സിനും സൂക്ഷ്മമായ നോട്ടത്തിൽ ഏറെ ഐകരൂപ്യമുണ്ട്.

പ്രക്ഷുബ്ധമായ ആഴങ്ങളെ ഒളിപ്പിക്കുന്ന ശാന്തമായ കടൽത്തീരങ്ങളും സാമാന്യമായ നിരപ്പുകളോട് നിരന്തരം കലഹിക്കുന്ന ചെറുതും വലുതുമായ ഒന്തങ്ങളും ആപൽക്കരമായി സന്ധിക്കുന്ന ഒരിടം. ജനിച്ചു വളർന്ന ദേശത്തെ അങ്ങനെ കാണാനും വീണ്ടും ഓർമ്മിക്കാനുമാണ് ഇന്ന് താൽപ്പര്യപ്പെടുന്നത്.

അതിശയോക്തിയും കാൽപ്പനിക ഭാവനയും ഒഴിവാക്കിയാൽ തലശ്ശേരി ജീവിതത്തിന്റെ യാഥാർത്ഥ്യത്തെ നിർവ്വചിക്കുന്നത് ഇത്തരത്തിലാകാം: അടിയൊഴുക്കുകളും പാറക്കുന്നുകളും തമ്മിൽ ഇണചേർന്ന് രൂപീകരിക്കപ്പെടുന്ന ഭൂപടത്തിലെ ഒരിടം. അനുഭവിച്ചവർക്ക് ഒരു അപൂർവ്വ പ്രതിഭാസം. അതാണ് ആ ജീവിതത്തിന്റെ സൗന്ദര്യവും. പിറന്നു വളർന്ന ദേശത്തെക്കുറിച്ച് ഇങ്ങനെ കുറിക്കാനാണ് ഇന്നിപ്പോൾ തോന്നുന്നത്.

ഭ്രാന്തോളമെത്തുന്ന സാഹസികതകളേയും ചത്തും കൊന്നുമുള്ള മരണങ്ങളേയും വരിക്കാൻ പലകാലങ്ങളിലായി ഇവിടെയുള്ളവരെ പ്രാപ്തമാക്കിയത് നൂലിഴകളിലേയും കത്തിമുനകളിലേയും ത്രസിപ്പിക്കുന്ന അവസ്ഥകളോടുള്ള ജൈവികമായ അഭിവാഞ്ഛയാണ്. ആഗോളീകരണത്തിന്റേയും നവലിബറൽ മൂല്യബോധത്തിന്റേയും യാന്ത്രികയുക്തി പൊരുത്തപ്പെടുത്താനാവാത്തവിധം പ്രസ്തുത അഭിവാഞ്ഛകളിൽ വലിയ വിള്ളലുകൾ തീർത്തിരിക്കുന്നു. ഇത് രാഷ്ട്രീയവും സാമൂഹികവുമായ പ്രതിസന്ധികൾ സൃഷ്ടിക്കുന്നതിനോടൊപ്പം ജൈവികവും നൈതികവുമായ കനത്ത ആഘാതങ്ങൾക്ക് കൂടി കാരണമാവുന്നു. ഇവ ഒട്ടും സാങ്കൽപ്പികമായ കാര്യമല്ല; അടിസ്ഥാനപരമായ ജീവിത സത്യമാണിത്.

മക്കത്തേക്ക് മതം മാറിപ്പോയ അവസാനത്തെ പെരുമാളിനെക്കുറിച്ചുള്ള ഓർമ്മകളിൽ മനസ്സുകൊണ്ടെങ്കിലും ജീവിക്കുന്ന ഒരു ജനസമൂഹത്തെ ഭ്രാന്തമെന്ന് മുദ്ര കുത്താനാണ് ഇന്നത്തെ സാഹചര്യത്തിൽ കൂടുതലെളുപ്പം. അന്നത്തെ അതേ കടൽത്തീരത്ത് അതേ തുരുത്തിൽ ഒറ്റപ്പെട്ട ഒരു കുന്നിൻ പുറത്തെ (ബ്രണ്ണൻ) കലാശാലയിലാണ് വിജയൻ മാഷ് കവികളും കാമുകന്മാരും ഭ്രാന്തന്മാരും അസ്വസ്ഥ മനസ്സുകളോടെ അലഞ്ഞുതിരിയുന്ന ഇടത്തെ, തലശ്ശേരിയുടെ സ്വത്വത്തെ, കണ്ടെത്തിയത്. (കാലിഡോസ്കോപ്പ്) പിൽക്കാലത്ത് സ്വതന്ത്രമായ (തലശ്ശേരി) മുദ്ര കഥകളിൽ പതിപ്പിക്കാനാരംഭിച്ച അന്നത്തെ ഒരു വിദ്യാർത്ഥിയുടെ (എൻ.പ്രഭാകരൻ ഒറ്റയാന്റെ പാപ്പാൻ) കഥാപാത്രമാണ് 'എറിയൂ സോദരാ എറിയൂ' എന്ന് മൊഴിഞ്ഞ് സ്വന്തം ശിരസ്സ് കൊണ്ട് ഹിംസയെ സാഹസികമായി പ്രതിരോധിക്കാൻ ഉഴറിയത്. 'ആപൽക്കരമായി സൃഷ്ടിക്കുക' എന്ന കാമുവിന്റെ ശീർഷകത്തെ (Create Dangerously) കടം കൊള്ളാനും സർഗ്ഗാത്മക ചോദനകളെ സാഹസികമായി ഉൾക്കൊള്ളുവാനും മറ്റൊരു വിദ്യാർത്ഥിയെ (എം.പി. രാധാകൃഷ്ണൻ)

ത്തുണച്ചത് പിൽക്കാല ജീവിതത്തിലുടനീളം, തന്നെ പ്രതിബദ്ധനാക്കിമാറ്റിയ തലശ്ശേരിയുടെ സ്വത്വ മുദ്രകൾ തന്നെയാണ്. 'കനലുകൾക്കും കുരുതികൾക്കും രക്തസാക്ഷി സാഹോദര്യങ്ങൾ'ക്കുമൊപ്പം കഴുമരത്തിന്റെ ഭീഷണമായ നിഴലുകളിലാണ് കലയുടെ (ജീവിതത്തിന്റേയും) വിളയാട്ട സ്ഥാനമെന്ന് തൊണ്ട പൊട്ടിപ്പാടിയ ഒരു കവിയും (കുഞ്ഞപ്പ പട്ടാന്നൂർ) ചോരപ്പാട്ടുകളുള്ള കവിതയുടെ കൊടിയുയർത്തി ഇവിടെ കാവൽ നിൽക്കുന്നുണ്ട്. വറ്റാത്ത കാരുണ്യത്തിന്റെ ഉറവകളും പ്രണയ മാധുര്യങ്ങളും തേടി ഈ പാറക്കുന്നിന്റെ പുറത്ത് തലതല്ലി 'കൊളാഷ്' ചിത്രരചനകളുമായി അടുത്ത കാലം വരെ മറ്റൊരാൾ (സുകുമാർ അണ്ടലൂർ) അലഞ്ഞു നടന്നിരുന്നു. പിൽക്കാലത്ത് വാക്കുകളും ജീവിതവും കൊണ്ട് തലശ്ശേരിയുടെ സാംസ്കാരിക സ്വത്വത്തെ ഇടമുറിയാതെ സാധൂകരിക്കുകയും ഉദ്ഘോഷിക്കുകയും ചെയ്യുവരുടെ പട്ടിക നീളുകയാണ്.

മൂന്ന്

പതിനെട്ടാം നൂറ്റാണ്ടിന്റെ ആരംഭത്തിൽ (1708-ൽ) ഇംഗ്ലീഷ് ഈസ്റ്റ് ഇന്ത്യാ കമ്പനി തലശ്ശേരി കടൽത്തീരത്തെ തിരുവല്ലപ്പൻ കുന്നിൽ പണിത കോട്ടയ്ക്കടിയിൽ ഒരു നിലവറയും കടലിലേക്ക് തുറക്കുന്ന ഗുഹാമുഖവുമുണ്ട്. കടലിനേയും കുന്നിനേയും രഹസ്യമായി ഇണക്കിച്ചേർക്കുന്ന ഈ നിലവറയും ഗുഹാമുഖവും 'തലശ്ശേരി മനസ്സി' ന്റെ ചില തനിമകളെ പുരാവസ്തു ഭാഷയിൽ പരിഭാഷപ്പെടുത്തുന്നുണ്ട്. ശാന്തമായ ഉപരിതലത്തിനടിയിൽ ഇരമ്പിമറിയുന്ന കടലാഴങ്ങളുടെ അധോതലത്തിലേക്ക് തുറക്കുന്ന ഗുഹാതുല്യമായ ഒരു മനസ്സ് തലശ്ശേരിക്ക് സ്വന്തമായുണ്ട്. ഉള്ളിലൊതുക്കിയ വെടിയൊച്ചകളുടെ ഭ്രൂണങ്ങൾ ജനമനസ്സുകളുടെ ഉദരത്തിൽ (നിലവറകളിൽ) അവസരം പാകമാകാൻ കാത്തിരിപ്പുണ്ട്. എപ്പോഴും, ഏതു നേരവും എവിടെയും ഒരു പൊട്ടിത്തെറിക്ക് പാകമായ സാഹചര്യം ഉരുത്തിരിയുന്നു എന്നാണ് മനസ്സിലാക്കേണ്ടത്. മൂന്ന് പതിറ്റാണ്ടുകളിലധികം തലശ്ശേരിയെ പരിചയിച്ച വിജയൻ മാഷും ഒപ്പം ഈ പ്രത്യേകതകളെ സൂക്ഷ്മമായി നിരീക്ഷിച്ചറിഞ്ഞിട്ടുണ്ട്. ഭൂമിയെ കുലുക്കിയുണർത്തുന്ന ഉഗ്ര സ്ഫോടനങ്ങൾ ഏവരും പ്രതീക്ഷിക്കുന്നുണ്ട്. അത് പുതിയ ജന്മങ്ങൾക്കും സർവ്വനാശങ്ങൾക്കും ഒരുപോലെ കാരണമായതാകാം. ചവുട്ടി നിൽക്കുന്നയിടങ്ങളിലാണ് എപ്പോഴും പൊട്ടിത്തെറിക്കാൻ പാകത്തിൽ ചിന്തയുടെയും ആശയങ്ങളുടെയും വെടിമരുന്ന് പാകിയിരിക്കുന്നത്.

ജീവിതത്തിന്റെ പരിസരങ്ങളിലെവിടെയും മരണം മൈനുകൾ വിതറിയിരിക്കുന്ന എന്ന അവസ്ഥ 'പുതിയ കാഴ്ചപ്പാട'നുസരിച്ച് ഒട്ടും ആരോഗ്യകരമായ ഒന്നാവില്ല. 'ജീവിതാരോഗ്യ'ത്തെക്കുറിച്ചുള്ള കാഴ്ചപ്പാടുകൾ തിരുത്തുക മാത്രമാണ് ഇതിനുള്ള പോംവഴി. അനിശ്ചിതവും അസ്ഥിരവുമായ ആശയവ്യവസ്ഥയും പ്രത്യയ സംഹിതകളും ജനമനസ്സുകളെ കൊണ്ടു ചെന്നെത്തിച്ചത് അരക്ഷിതത്വത്തിന്റേയും മൃത്യുവിന്റേയും സാഹസിക പാതകളിലാണ്. മരണത്തെ അഭിമുഖീകരിക്കുമ്പോഴും ഏതു നേരവും വന്നുദിക്കാവുന്ന 'പുതിയ സൂര്യ'നെ സ്വപ്നം കാണാൻ തയ്യാറെടുക്കുന്ന ഒരു മനോഘടന തലശ്ശേരിയുടെ സാംസ്കാരിക പൈതൃകത്തിന്റെ ഭാഗം തന്നെയാണ്.

സാഹസികതകൾക്കൊപ്പം അനവധി വിഡ്ഢിത്തങ്ങളും ചേർന്നാണ് തലശ്ശേരിയുടെ പൈതൃകത്തെ രൂപപ്പെടുത്തിയതെന്ന് പ്രത്യേകം ഓർമ്മിക്കേണ്ടതുണ്ട്. തലശ്ശേരി കോട്ടയുടെ സമീപത്തായാണ് 'ഓവർബറീസ് ഫോളി'യുടെ സ്ഥാനം. ഓവർബറി സായ്പിന്റെ വിഡ്ഢിത്തമായി അത് അടയാളപ്പെട്ടു കിടക്കുന്നു. വിഡ്ഢിത്തത്തിന്, പരാജയപ്പെട്ട ശ്രമത്തിന് ഒരു ശാശ്വതസ്മാരകം. കടപ്പുറത്ത് അപൂർണ്ണമായി അവസാനിച്ച കഠിന പ്രയത്നത്തിന്റെ അവശിഷ്ട സ്തൂപം. നൂറ്റാണ്ടിലധികം പഴക്കമുള്ള ഒരു 'പുരാവസ്തുകൗശലം' മൂർത്തമായ രൂപത്തിൽ വിഡ്ഢിത്തത്തിന്റെ പര്യായപദമെന്നപോലെ അവശേഷിച്ചിരിക്കുന്നു. തലശ്ശേരിയുടെ ചരിത്ര വിഡ്ഢിത്തങ്ങളുടെ തനിമയുള്ള നീണ്ട നിരയിൽ ഒന്നുമാത്രമാണിതെന്ന് ഇന്ന് തിരിച്ചറിയപ്പെടുന്നുണ്ട്. മഹാസംഭവങ്ങളോടൊപ്പം പമ്പര വിഡ്ഢിത്തങ്ങളേയും പരിഗണിക്കേണ്ടതാണെന്ന സന്ദേശം ഇതിലൂടെ വിനിമയം ചെയ്യപ്പെടുന്നുണ്ട്. പരാജയങ്ങളെ വിജയങ്ങൾക്കൊപ്പം ഓർമ്മിക്കാനും വിഡ്ഢിത്തങ്ങൾക്ക് സ്മാരകം പണിയാനും ഇന്നും തയ്യാറാവുന്ന ജനതയിൽ നിന്ന് സംസ്കാര ചരിത്രത്തിന് ഒട്ടേറെ പാഠങ്ങൾ പഠിക്കാനുണ്ട്. പരാജയപ്പെട്ട അവസാന യുദ്ധത്തിൽ ജീവത്യാഗം ചെയ്ത പഴശ്ശിരാജാവിന്റ ഭൗതിക ശരീരത്തോട് കമ്പനി അധികാരികൾ കാണിച്ച ഉന്നതമായ ബഹുമാനാദരങ്ങൾ ലോഗന്റെ ആഖ്യാനത്തിൽ അനശ്വരത്വം നേടുന്നത് പരാജയങ്ങളോടുള്ള ഒരു ജനതയുടെ ഉദാരമായ സമീപനത്തിന്റെ മഹത്വമാർന്ന പ്രഘോഷണമെന്ന നിലയ്ക്കാണ്.

പോർക്കളത്തിൽ, ദൈനം ദിന സംഭവങ്ങളിൽ, പ്രണയത്തിൽ, രാഷ്ട്രീയത്തിൽ, കലയിൽ, സാഹിത്യത്തിൽ, വാസ്തുവിദ്യയിൽ... നാനാജീവിത മേഖലകളിലും സംഭവിക്കുന്ന മഹാപരാജയങ്ങളുടെ,

പമ്പര വിഡ്ഢിത്തങ്ങളുടെ ആകെത്തുക കൂടിയാണ് 'തലശ്ശേരി രേഖകളെ' രൂപപ്പെടുത്തുന്നത്. ഭൂതകാലത്തിന്റെ പരാജയ പാഠങ്ങൾ ഇന്ന് വീണ്ടും ഓർമ്മിക്കാൻ ഈ അവശിഷ്ട സ്തൂപം തീർച്ചയായും ഉതകേണ്ടതാണ്.

(ഏപ്രിൽ 2023)

'ഇറ്റാർസിയിലെ സൂര്യൻ': എൻ.പ്രഭാകരന്റെ കഥയിലെ നൈതികതയും സർഗ്ഗാത്മകതയും

ഒന്ന്

കഴിഞ്ഞ നൂറ്റാണ്ടിന്റെ അവസാന ദശാബ്ദത്തിലാണ് 'ഇറ്റാർസിയിലെ സൂര്യൻ' എന്ന പേരുള്ള എൻ.പ്രഭാകരന്റെ കഥ ആദ്യമായി അച്ചടിച്ച് വന്നത്. 1996-ൽ പുറത്തുവന്ന 'പറക്കും പരവതാനി' എന്ന കഥാസമാഹാരത്തിൽ കഥ കാണാം. മൂന്ന് പതിറ്റാണ്ട് മുമ്പ് പുറത്തു വന്ന കാലം മുതൽ 'ഇറ്റാർസിയിലെ സൂര്യൻ' നമ്മുടെ ഭാഷയുടേയും ദേശത്തിന്റേയും ചക്രവാളത്തിൽ സ്വയം എരിഞ്ഞ് വായനക്കാർക്ക് വെളിച്ചവും ഊർജ്ജവും പകരുന്നുണ്ട്. ഒരു ചെറുകഥയെ സംബന്ധിച്ച് ഒട്ടും നിസ്സാരമായ കാര്യമല്ലയിത്. കഥകളെഴുതാനും എഴുതിയവ വായിക്കാനുമുള്ള ചോദനകളും സാഹചര്യങ്ങളുമെല്ലാം ഇക്കഴിഞ്ഞ കാലത്തിനിടയിൽ മാറിമറഞ്ഞിട്ടുണ്ട്. കഥയുടെ പരിചരണത്തിലും കഥയോടുള്ള എഴുത്തുകാരന്റെ സമീപനത്തിലും അടിമുടി മാറ്റങ്ങൾ സംഭവിച്ച് കഴിഞ്ഞിരിക്കുന്നു. 'ഇറ്റാർസിയിലെ സൂര്യൻ' (പ്രഭാകരന്റെ മറ്റു നിരവധി കഥകൾക്കൊപ്പം) വായനയുടെ ദിശ നിർണ്ണയിക്കാൻ പ്രാപ്തമായ ശക്തിയുടെ ഉറവിടമായി ഇന്നും തുടരുന്നത് യാദൃച്ഛികമല്ല. ഇക്കാര്യം അന്വേഷിക്കുന്നതിന് സമകാലികമായ പ്രസക്തിയുണ്ടെന്ന് തോന്നുന്നു. കഥയെക്കുറിച്ചുണ്ടാകുന്ന ഏതൊരു പുനരാലോചനക്കും

സത്യം കണ്ടെത്താനുള്ള ബാദ്ധ്യതയുണ്ട്. അതിനുള്ള ഏതൊരു ശ്രമത്തിനും മൂല്യമുണ്ട്.

ഒരാളുടെ കഥാജീവിതത്തിന്റെ പ്രാരംഭദശയിലെഴുതിയ ഒരു കഥയെ രചയിതാവിന്റെ എഴുത്തുലോകത്തിന്റെയാകെ ആദിമരൂപമായി വിലയിരുത്തുന്നതിൽ തീർച്ചയായും പരിമിതികളുണ്ട്. പിൽക്കാല വളർച്ചകളേയും പരിണാമങ്ങളേയുമാകെ ഒരൊറ്റ കുറ്റിയിൽ തളച്ചിടുന്നത് ഒരിക്കലും ബുദ്ധിപൂർവ്വമാവില്ല. എന്നാൽ ജൈവികമായ സവിശേഷ പ്രകൃതിയായും പരിണാമ വിശേഷമായും കഥാരചനയെ തന്റെ ആത്മാംശമാക്കി മാറ്റിയ ഒരെഴുത്തുകാരനെ ഈ തടസ്സവാദങ്ങളും പരിമിതികളുമൊന്നും ബാധിക്കില്ലെന്ന ഉറച്ച ബോദ്ധ്യം വായനക്കാരന് ഉണ്ടാവേണ്ടതുണ്ട്. അത്തരമൊരു ആത്മവിശ്വാസത്തിന്റെ ബലത്തിലാണ് 'ഇറ്റാർസിയിലെ സൂര്യൻ' എന്ന കഥ പ്രഭാകരന്റെ എഴുത്തുജീവിതത്തിന്റെയാകെ ആദിമരൂപമാണെന്ന് പറയാൻ ഇവിടെ ഒരുങ്ങുന്നത്. ഇതിനെ ന്യൂനീകരണമായി കാണുന്ന വായനക്കാർ തൽക്കാലം ക്ഷമിക്കണമെന്ന് മാത്രമാണ് പറയുന്നത്. കഥയെ പരിമിതപ്പെടുത്തുന്നതിനു പകരം എഴുത്തിന്റെ നൈതികവും സർഗ്ഗാത്മകവുമായ സാദ്ധ്യതകളെ അന്വേഷിക്കാനുള്ള ഒരു വഴി കണ്ടെത്തുകയാണ് ഇവിടെ ലക്ഷ്യമാക്കുന്നത്. ഈ കഥയിലെ ആദിമപ്രരൂപങ്ങളാണ് പിന്നീട് പല പ്രതിസന്ധികളും പരിണാമ ഭേദങ്ങളും പിന്നിട്ട് ഈ എഴുത്തുകാരന്റെ കഥാജീവിതത്തിൽ വ്യത്യസ്ത രൂപങ്ങളിൽ ആവർത്തിക്കപ്പെടുന്നത്. ജൈവികമായ ചോദനകളും സാഹചര്യങ്ങളുടെ സമ്മർദ്ദങ്ങളും മൂന്ന് പതിറ്റാണ്ടിന് ശേഷവും സമാനമായ രീതിയിൽ ആവർത്തിക്കപ്പെടുകയാണ്.

രണ്ട്

'ഇറ്റാർസിയിലെ സൂര്യൻ' ഒരു യാത്രാനുഭവത്തിന്റെ കഥ പറയുന്നു. അങ്ങേയറ്റം യാഥാർത്ഥ്യ പ്രതീതി തോന്നിക്കുന്ന ഒരു യാത്രാനുഭവത്തിന്റേത. കഥയിലെ തീവണ്ടി യാത്ര ഒരു സ്വപ്നാനുഭവം കൂടിയാണെന്നതാണ് ഇവിടെ അപൂർവ്വതയാകുന്നത്. യാഥാർത്ഥ്യവും സ്വപ്നവുമായുള്ള ഇണചേരൽ പ്രഭാകരന്റെ കഥകളെക്കുറിച്ചുള്ള അതിസാധാരണമായ ഒരു വാസ്തവം മാത്രമേ ആകുന്നുള്ളൂ. അതിസാധാരണമായി പറഞ്ഞവസാനിപ്പിക്കപ്പെടുമായിരുന്ന ഒരു കഥയെ അത്യസാധാരണവും സൗന്ദര്യാത്മകവുമായ ഒരു കഥാവസ്തുവാക്കി മാറ്റാൻ പ്രഭാകരനെ തുണയ്ക്കുന്നത് യാഥാർത്ഥ്യത്തേയും സ്വപ്നത്തേയും കവിഞ്ഞു നിൽക്കുന്ന

നൈതികവും സർഗ്ഗാത്മകവുമായ വൻ കുതിപ്പുകൾക്ക് കൂടി കഥ തയ്യാറാകുന്നത് കൊണ്ടാണ്. പ്രഭാകരന്റെ കഥ മൂന്ന് പതിറ്റാണ്ട് പിന്നിടുന്ന ഇന്നത്തെ സന്ദർഭത്തിൽ പുതിയ കാലത്തിന്റെ വായനയുടെ സാദ്ധ്യതകളെക്കൂടി പ്രയോജനപ്പെടുത്താനുള്ള ആർജ്ജവം, നമുക്കുണ്ടാകേണ്ടതുണ്ട്.

സ്വപ്നമോ യാഥാർത്ഥ്യമോ? ഈ ചോദ്യത്തെ അസംബന്ധമാക്കി മാറ്റുന്ന ഏറ്റവും സന്ദിഗ്ധമായ ഒരു പ്രതലത്തിലാണ് ഇറ്റാർസിയിലെ സൂര്യൻ എന്ന കഥയും കഥാപാത്രങ്ങളും ചരിക്കുന്നത്. സ്വപ്നമായോ യാഥാർത്ഥ്യമായോ വായനയുടെ താൽപ്പര്യങ്ങൾക്കും വായനക്കാരന്റെ കാഴ്ച്ചപ്പാടുകൾക്കും അനുസരിച്ച് മാറിമാറിയുള്ള രീതികളിൽ പ്രഭാകരന്റെ കഥ വായിക്കാൻ കഴിയും. ഒരിക്കലും തീർപ്പ കൽപ്പിക്കപ്പെടാത്ത ഒരവസ്ഥയിൽ വായനയെ കൊണ്ടുചെന്നെത്തിക്കാൻ കഴിയുന്നു എന്നതാണ് ഇതിന്റെ ഒരു പ്രയോജനം. സ്വപ്നത്തിനും യാഥാത്ഥ്യത്തിനുമിടയിൽ രണ്ടിനോടും നീതി പുലർത്തുന്ന ഒരുതരം ഉഭയജീവിതം ജീവിക്കാൻ കഥയും കഥാപാത്രങ്ങളും നിർബന്ധിക്കപ്പെടുകയാണ്; സന്ദിഗ്ധമായ ജീവിതം ജീവിക്കാൻ നിർബന്ധിക്കപ്പെടുകയാണ്. നൂലിഴയിലെ ജീവിതം (മരണമെന്നും) എന്ന് ഈ അവസ്ഥയെ വിളിക്കുന്നത് അതിനാലാണ്. ഇത്തരം സൂക്ഷ്മസത്യങ്ങൾ വായനയ്ക്ക് ഇന്നെങ്കിലും നിരിക്ഷിച്ചറിയാൻ കഴിയേണ്ടതുണ്ട്.

അവസാനിക്കാതെ നീണ്ടുപോകുന്നുവെന്ന്തോന്നിക്കുന്ന കഥയിലെ തീവണ്ടി യാത്രക്കും ആ യാത്രയിൽ മറ്റു രണ്ട് കന്യാസ്ത്രീകൾക്കൊപ്പമുള്ള സിസ്റ്റർ ആഗ്നസ്സ് എന്ന കഥാപാത്രത്തിന്റെ സാമീപ്യത്തിലും നാല് കഷണങ്ങളായി തങ്ങൾക്കിടയിൽ പങ്ക് വെക്കപ്പെടുന്ന ആപ്പിളിന്റെ (ആദിമ) സൂചനകളിലും അതിൽ നിന്നാരംഭിക്കുന്ന (പാപസ്പർശമുള്ള) പരസ്പര ബന്ധത്തിന്റെ തുടക്കത്തിനും ('അതെ, ആ ആപ്പിളിൽ നിന്നായിരുന്നു തുടക്കം') ആപ്പിൾ കഷണങ്ങൾ (പാപത്തിന്റെ കനി) കൈമാറുന്നതിനിടയിലെ 'എന്റേയും' ആഗ്നസ്സിന്റേയും വിരലുകളുടെ അറിയാത്ത ഭാവത്തിലുള്ള സ്പർശത്തിലും (അറിയാതങ്ങനെ സംഭവിച്ചു പോയി എന്ന് ഞാൻ പറയില്ല. എന്നാൽ അങ്ങനെയാണ് ഞങ്ങൾ ഭാവിച്ചത്) അത് തിന്നുന്നതിനിടയിലെ ഒളിഞ്ഞുള്ള നോട്ടത്തിലും ('അവളുടെ ചുണ്ടുകളിൽ വെയിൽനാളം പോലെ തിളങ്ങിയിരുന്ന') മൃദുവായൊരു ചിരിയിലും ആദിമമായ ഒരു പുരാവൃത്തത്തിന്റെ അനിശ്ചിതത്വം ആഖ്യാനത്തിൽ ആവർത്തിക്കപ്പെടുകയാണെന്ന് സ്പഷ്ടമായി കാണാവുന്നതാണ്.

സൂക്ഷ്മമായ വായന നമ്മെ കൊണ്ടുചെന്നെത്തിക്കുന്നത് തികച്ചും അസ്ഥിരവും അനിശ്ചിതവും അശാന്തവും അപൂർവ്വവുമായ ഏതൊക്കെയോ ഇടങ്ങളിലാണ്. കഥയിലെ പ്രകൃതിയിലും ആഗ്നസ്സ് ഉൾപ്പെടെയുള്ള മൂന്ന് കന്യാസ്ത്രീകളുടെ മുഖഭാവങ്ങളിലും നിൽക്കാതെ എങ്ങോട്ടെന്നില്ലാതെ ഓടിക്കൊണ്ടേയിരിക്കുന്ന തീവണ്ടിയാത്രകളിലും വായന കഥയെ പിന്തുടരുന്നുണ്ട്. കഥയ്ക്കൊപ്പം സ്വപ്നലോകത്തെല്ലാം വായനയും സഞ്ചരിക്കുന്നുണ്ട്. എവിടെയും ഒരു നിമിഷംപോലും ഉറച്ചു നിൽക്കാതെ ഒഴുകിക്കൊണ്ടേയിരിക്കാൻ സന്നദ്ധമായ ഒരു കഥാവായനയെയാണ് ഇറ്റാർസിയിലെ സൂര്യൻ (പ്രഭാകരന്റെ കഥാലോകം പൊതുവെയും) പ്രത്യേകമായി ആവശ്യപ്പെടുന്നത്. ഇത് പറയുന്നത് ഒട്ടും സാങ്കൽപ്പികമായല്ല; കഥയിലെ മതിയായ വർണ്ണനകളുടേയും സൂചനകളുടേയും അടിസ്ഥാനത്തിലാണ്. ഇറ്റാർസിയിലെ സൂര്യൻ ഭാവനാത്മകമായ ഒരു സ്വപ്നസൗധമായി പണിതുയർത്തപ്പെട്ടത് അടിയുറപ്പുള്ള ഈ മാതൃകകളുടെകൂടി ബലത്തിലാണ്: 'വണ്ടി ഓടിക്കൊണ്ടിരുന്നു. ഏതൊക്കെയോ സ്റ്റേഷനുകൾ കടന്നുപോയി. എപ്പൊഴോ രാത്രി വന്നു...', 'ഏതൊക്കെയോ സ്റ്റേഷനുകൾ. അശാന്തമായ ചലനങ്ങൾ. അപരിചിതരുടെ കലപിലകൾ. പകൽ ചൂടിലൂടെ ഓടിക്കിതച്ച് വൈകുന്നേരത്തിന്റെ വിങ്ങലിലേക്ക് വണ്ടി തന്നെത്തന്നെ വലിച്ചിഴച്ചു. വെയിൽ നാളങ്ങൾ വിവശമായി...'

'വണ്ടിയുടെ വേഗം കുറഞ്ഞു. ഏതൊക്കെയോ സീറ്റുകളിൽ നിന്ന് ആരൊക്കെയോ എഴുന്നേറ്റു... തിരക്കിട്ടോടി മറയുന്ന ബസ്സുകൾ.കണ്ണടച്ചു തുറക്കും മുമ്പ് ആളുകളിളകി മറിയുന്ന പ്ലാറ്റ്ഫോം...'

'അവളുടെ മുഖത്ത് കനം തൂങ്ങിനിന്നിരുന്ന അസ്വസ്ഥകരമായ നിശ്ചലത കടുത്ത ദൈന്യമോ കരച്ചിലോ ആയി മാറുമെന്ന് ഞാൻ പ്രതീക്ഷിച്ചു. അതുണ്ടായില്ല. ഒന്നും കാണുകയൊ കേൾക്കുകയോ ചെയ്യാതെ അകലെയെങ്ങോ നോക്കി അവളനങ്ങാതെ നിന്നു.', 'ഏതോ കംപാർട്ട്മെന്റിലിലേക്ക് ചാടി വീഴാൻ ഞാൻ ശ്രമിച്ചു. എനിക്കത് സാധിച്ചില്ല. ഒരു ചുഴലിക്കാറ്റിലേക്കെന്ന പോലെ എങ്ങോട്ടോ ഞാൻ തെറിച്ചു വീണു. യാഥാർത്ഥ്യത്തിന്റെ വിരസവും വിസ്തൃതവുമായ പരപ്പുകളിൽ നിന്നകന്ന് സ്വന്തം മനസ്സിന്റേയും തന്റെ 'ആദിമമായ' ഒരു സ്വപ്നത്തിന്റേയും വേരുകൾ തേടി കൂടുതൽക്കൂടുതൽ ആഴങ്ങളിലേക്ക് പോകാനാണ് കഥ ഉഴറുന്നത്. ഒട്ടൊക്കെ അസന്മാർഗ്ഗികമാണ് തന്റെ സ്വപ്നമെന്ന തുറന്നു പറച്ചിൽ കഥയുടെ 'നീതിസാര'ത്തെക്കുറിച്ച് ആവശ്യത്തിലധികം സൂചനകൾ ആരംഭത്തിൽ ത്തന്നെ നമുക്ക് നൽകുന്നുണ്ട്.

മൂന്ന്

മലയാളത്തിലെന്നല്ല മറ്റൊരു ഭാഷയിലും കഥ ഒരു കാലത്തും വെറും കഥയായി അവസാനിക്കാറില്ല. എഴുത്തുകാരൻ ബോധപൂർവ്വം ആഗ്രഹിച്ചാലും ഇല്ലെങ്കിലും കഥ പലപ്പോഴും അതിൽക്കവിഞ്ഞ കാര്യങ്ങൾ വായനക്കാരനെ ധരിപ്പിക്കാൻ ശ്രമിക്കുന്നുണ്ട്. കഥ കലാപരമായ വിജയമോ പരാജയമോ ആകട്ടെ ഏത് വിപരീത സാഹചര്യത്തിലും അത് അതിന്റെ ബോധനം തുടർന്ന് കൊണ്ടേയിരിക്കുന്നു. പരാജയപ്പെടുന്ന കഥാമാതൃകകളിൽ അത് സുവിശേഷ പ്രസംഗമായോ രാഷ്ട്രീയ ബോധനമായോ അവമതിക്കപ്പെടുന്നു. ഫലപ്രദമാകുന്നിടത്ത് കഥയുടെ ബോധനം ഉദാത്തമെന്ന് വിലയിരുത്തപ്പെടുന്നു.ഈ സാഹചര്യത്തിൽ 'ഇറ്റാർസിയിലെ സൂര്യൻ' കഥയുടെ പൊതുവായ ബോധന പൈതൃകത്തെ ഉൾക്കൊള്ളുന്നതും പ്രയോഗിക്കുന്നതും എങ്ങനെയെന്ന് അന്വേഷിക്കുന്നത് കൗതുകകരമാണ്. കഥയും കഥാപാത്രങ്ങളും അകപ്പെട്ടിരിക്കുന്ന അത്യന്തം സന്ദിശ്ധമായ അവസ്ഥയെ അസന്ദിശ്ധമായ വാക്കുകളുടെ മൂർച്ചയുള്ള പ്രയോഗം കൊണ്ട് അതിജീവിക്കുന്നത് ഇതാ ഇങ്ങനെ:

"അവളോട് ഞാൻ യാത്ര പറയാൻ തുടങ്ങുകയായിരുന്നു. പൊടുന്നനെ ആഗ്നസ് എന്റെ ഇരുകൈകളും കൂട്ടിപ്പിടിച്ചു. ഇടർച്ചയില്ലാത്ത ശബ്ദത്തിൽ അവളെന്നോട് പറഞ്ഞു. 'എനിക്കാരെയും ഭയമില്ല; ആരെയും. ഒരുപക്ഷെ നിങ്ങൾക്കത് മനസ്സിലാവില്ല.സ്നേഹം ഭയക്കാനുള്ള ഒന്നല്ല'. 'അപ്പോൾ അകലെ കരിയും പുകയും പരന്ന അന്തരീക്ഷത്തിനപ്പുറം അസ്തമയ സൂര്യന്റെ ചോരപോലെ ചുമന്ന രൂപം ഞാൻ കണ്ടു. ഞാൻ ആഗ്നസ്സിന്റെ കണ്ണുകളിലേക്ക് നോക്കി. അവളും ആ സൂര്യനെത്തന്നെ നോക്കി നിൽക്കുകയായിരുന്നു".

ഹീലിയം ഹൈഡ്രജനുൾപ്പെടെയുള്ള എണ്ണമറ്റ രാസവാതകങ്ങളുടെ ഊർജ്ജപ്രസരണത്തിന്റെ ഉറവിട സ്ഥാനമായ ഒരു നക്ഷത്രം മാനവികമായ നീതിബോധത്തിന്റെ അനാദിയായ ഒരു ഉറവിടസ്ഥാനം കൂടിയാണെന്ന കണ്ടെത്തൽ സന്നിശ്ധതകളെ മറികടക്കാനുള്ള കഥയുടെ അസന്ദിശ്ധമായ ഒരു കുതിപ്പിന്റെ ഫലം കൂടിയാണ് ഇത് നാം ഇന്നെങ്കിലും കൃത്യമായി തിരിച്ചറിയേണ്ടതുണ്ട്.

(മാർച്ച് 2023)

‘അംബേദ്കർ ഓർമ്മ’

ഒന്ന്

ജീവജാലങ്ങൾക്കെന്ന പോലെ മനുഷ്യനിർമ്മിതമായ ആശയങ്ങൾക്കും സ്വന്തമായ ഒരു ഒരു ജീവിതമുണ്ട്; ജനനവും മരണവും മാത്രമല്ല, വളർച്ചയും തളർച്ചയുമുള്ള ഒരു ജീവിതത്തിന്റെ അവകാശികളാണ് ആശയങ്ങൾ. നിരന്തരം സംഭവിക്കുന്ന പരിണാമങ്ങളും പരിവർത്തനങ്ങളും ആശയ വ്യവസ്ഥയിൽ ഗുണപരമായ മാറ്റങ്ങൾക്ക് കാരണമാകുന്നു. അംബേദ്കർ ചിന്തക്ക് ഇക്കഴിഞ്ഞ ഒരു നൂറ്റാണ്ടിനകത്ത് സംഭവിച്ച മാറ്റങ്ങൾ ഇക്കാര്യം ശക്തമായി ഒരിക്കൽക്കൂടി നമ്മെ ഓർമ്മിപ്പിക്കുന്നു. സമാന്തരമായി മാർക്സിസം,ഗാന്ധിസം എന്നീ പ്രത്യയ സംഹിതകൾക്കും ഇതേ കാലഘട്ടത്തിൽ സംഭവിച്ച മാറ്റങ്ങളുമായി ബന്ധപ്പെട്ടതാണ് അംബേദ്കർ ചിന്തക്കുണ്ടായ മാറ്റങ്ങളുമെന്ന് നമ്മൾ മനസ്സിലാക്കേണ്ടതാണ്.

സാമാന്യമായി വിലയിരുത്തിയാൽ അംബേദ്കർ ചിന്തക്ക് സ്തോഭജനകമായ അവസ്ഥകളെ ആദ്യഘട്ടത്തിൽത്തന്നെ അതിജീവിക്കേണ്ടി വന്നിട്ടുണ്ട്.ഇന്ന് തിരിഞ്ഞു നോക്കുമ്പോൾ ഇതിൽ അസ്വാഭാവികത കാണപ്പെടണമെന്നില്ല. ചാതുർവർണ്ണ്യത്തേയും അതിന്റെ അടിസ്ഥാനത്തിലുള്ള ജാതിഭേദങ്ങളെയും ചിന്ത കൊണ്ടും പ്രവൃത്തി കൊണ്ടും ചോദ്യം ചെയ്യുക എന്ന അതിസാഹസത്തിനാണ് ഉന്നത ബിരുദധാരിയായ മറാത്തി യുവാവ് ഇരുപതാം ശതകത്തിന്റെ

ആദ്യപാദങ്ങളിൽ വിദേശവിദ്യാഭ്യാസം കഴിഞ്ഞ് തിരിച്ചെത്തിയ ശേഷം തയ്യാറായത്. ദക്ഷിണാഫ്രിക്കയിൽ നിന്നുള്ള മഹാത്മാവിന്റെ വരവും ദരിദ്രനാരായണന്മാരെ കണ്ടെത്താൻ വേണ്ടിയുള്ള ഭാരതപര്യടനവു മെല്ലാം നടന്നുകൊണ്ടിരുന്ന അതേ ചരിത്രഘട്ടത്തിലാണ് മറാത്തി ദേശത്തൊരാൾ തന്റെ ചിന്തയും അവസ്ഥയും പങ്ക് പറ്റുന്നവരെ ചുറ്റും കണ്ടെത്തി അവരെ ദ്രുതഗതിയിൽ സംഘടിപ്പിക്കാൻ ഒരുങ്ങുന്നത്. മുൻഗണന നൽകേണ്ടത് ജാതി വിമോചനത്തിനാണെന്ന യാഥാർ ത്ഥ്യം ഒരിക്കൽപോലും ഇവിടെ സന്നിശ്ചതയ്ക്ക് ഇട നൽകുന്നില്ല; അതൊരു തർക്കവിഷയമാകുന്നുമില്ല. അംബേദ്കർ ചിന്തയിൽ ആരംഭകാലം തൊട്ടേ ദേശസ്വാതന്ത്ര്യത്തിന് ഉപരിയായ സ്ഥാനത്ത് ജാതി വിമോചനം പ്രതിഷ്ഠിക്കപ്പെട്ടിരിക്കുന്നു. അതാണ് യാഥാർത്ഥ്യം.

പ്രവർത്തനപരിപാടിയിൽ ഒരിക്കൽപ്പോലും ജാതി വ്യവസ്ഥയെ ഒരു സാമൂഹ്യ തിന്മയായി കണ്ടുകൊണ്ടുള്ള വീക്ഷണം ഉൾക്കൊള്ളാൻ കോൺഗ്രസ്സോ ഇടതുപക്ഷ പാർട്ടികളോ തയ്യാറാവാതിരുന്നത്, അംബേദ്കറുടെ ആദ്യകാല പ്രയത്നങ്ങളെ ഏറെ സാഹസികവും ശ്ര മകരവുമാക്കി മാറ്റിയെന്ന് ഇന്ന് കുറെക്കൂടി യാഥാർത്ഥ്യബോധത്തോടെ സൂക്ഷ്മമായി മനസ്സിലാക്കാൻ നമുക്ക് കഴിയുന്നുണ്ട്. ഇതാകട്ടെ ഗാന്ധി യുടേയോ മറ്റേതെങ്കിലും നേതാക്കളുടേയോ വ്യക്തിപരമായ താൽപ്പര്യ ങ്ങളുമായി മാത്രം കെട്ടുപിണഞ്ഞ് കിടക്കുന്ന പ്രശ്നവുമല്ല. അയിത്തോച്ചാ ടനം,തൊട്ടുകൂടായ്മ എന്നിവയിൽ മാത്രം ഒതുങ്ങുന്ന പ്രക്ഷോഭമുദ്രാവാക്യ ങ്ങൾകൊണ്ട് കീഴാളജാതിക്കാരെ അണിനിരത്താനാണ് കോൺഗ്രസ് ശ്രമിച്ചത്. ഇടതുപക്ഷമാകട്ടെ വർഗ്ഗപരമായ വിശകലനങ്ങൾക്കും ഉപരി അധോതലഘടനകൾ തമ്മിലുള്ള പരസ്പര ബന്ധത്തിനുമി ടയ്ക്ക് പരിഗണിക്കപ്പെടേണ്ട ഒരു നിർണ്ണായക ഘടകമാണ് ജാതി വ്യവസ്ഥയുമെന്ന് കാണാതിരിക്കുകയും ചെയ്തു. ഇന്ത്യൻ സാമൂഹ്യവ്യ വസ്ഥയുടേയും 'സനാതന ഹിന്ദു സങ്കൽപ്പന'ത്തിന്റേയും അടിസ്ഥാന ശിലയാണ് ജാതിവ്യവസ്ഥ. ഇക്കാര്യം സ്വാനുഭവത്തിലൂടെ കൃത്യമായി കണ്ടെത്താൻ അംബേദ്കർക്കും അനുകൂലികൾക്കും കഴിഞ്ഞു. സ്വത്തു ടമാബന്ധങ്ങളുമായി ഗാഢമായി ബന്ധപ്പെട്ടാണ് ഈ പ്രശ്നത്തിന്റെ നിലനിൽപ്പെന്നതും തിരിച്ചറിയപ്പെട്ടു. മാർക്സ് പത്തൊമ്പതാം നൂറ്റാണ്ടി ന്റെ മദ്ധ്യത്തിൽത്തന്നെ പഠനവിഷയമായിക്കണ്ട ഇന്ത്യൻ സാമൂഹ്യ ഘടനയിലെ ജാതിയും വർഗ്ഗവും തമ്മിലുള്ള സങ്കീർണ്ണമായ പരസ്പര ബന്ധത്തിന്റെ പ്രശ്നത്തെ ഏറ്റവും അർത്ഥവത്തായി തിരിച്ചറിയാനും വിശകലനം ചെയ്യാനും സാധിച്ചതാണ് അംബേദ്കറുടെ നേട്ടം.

ജാതിവ്യവസ്ഥയെ മഹാവിപത്തായി കാണാതിരിക്കുകയും അയിത്തോച്ചാടനം കൊണ്ട് മാത്രം തൃപ്തിപ്പെടുകയും ചെയ്യുന്ന ഒരു പരിമിതമായ കാഴ്ച്ചപ്പാടിന് കോൺഗ്രസ്സും ഇടതുപക്ഷ പാർട്ടികളും ഏറിയുംകുറഞ്ഞും കീഴ് പ്പെട്ടുവെന്നാണ് അർത്ഥമാക്കേണ്ടത് ജാതീയവും വർഗ്ഗപരവുമായ കാരണങ്ങളാലാണ് ഇതു സംഭവിച്ചതെന്ന് ഇന്ന് കുറേക്കൂടി വ്യക്തതയോടെ മനസ്സിലാക്കാൻ കഴിയുന്നുണ്ട്.

രണ്ട്

പൊതുവായ ഒരു ആചാരസംഹിതയുടെ ഭാഗമായി ജാതിവ്യവസ്ഥയെന്ന ഉറവിടസ്ഥാനത്തു നിന്ന് ജന്മമെടുക്കുന്നതാണ് തൊട്ടുകൂടായ്മ. ജാതി ഉന്മൂലനം ചെയ്യപ്പെടാതെ അതിന്റെ ഭാഗമായുള്ള ഇത്തരം അയിത്താചാരങ്ങളും ഇല്ലാതാക്കപ്പെടില്ല ഈ സ്ഫോടനാത്മകമായ യാഥാർത്ഥ്യത്തെയാണ് അംബേദ്കർ അനാവരണം ചെയ്തത്. ന്യായമായി ജാതി വ്യവസ്ഥക്കെതിരെയുള്ള തീവ്രമായ പ്രചരണ പ്രക്ഷോഭപ്രവർത്തനങ്ങൾ ആരംഭിക്കുന്നതിനും ഈ കണ്ടെത്തൽ കാരണമായി. അംബേദ്കർ ചിന്തയുടെ മൗലികമായ ഒരു ആധാരശിലയായി ജാതിയുടെ ഉന്മൂലന സിദ്ധാന്തം ഇന്ന് പരിഗണിക്കപ്പെടുന്നുണ്ട്.

വാസ്തവത്തിൽ പത്തൊമ്പതാം ശതകത്തിന്റെ മദ്ധ്യത്തോടെ കോളണി അധികൃതരുടെ പരിചരണയിൽ വളർന്നു ശക്തിപ്പെട്ട മത പരിഷ്കരണ പ്രസ്ഥാനങ്ങളിൽ നിന്ന് അടിസ്ഥാനപരമായ വലിയ വ്യത്യാസം അംബേദ്കറുടെ ഈ ഉന്മൂലന സിദ്ധാന്തത്തിനുണ്ട്. ഗാന്ധിജിയും മറ്റും വിഭാവനം ചെയ്ത അയിത്തോച്ചാടനം രോഗത്തെ ചികിത്സിക്കുന്നതിനു പകരം രോഗലക്ഷണത്തെ മാത്രമാണ് ഇല്ലായ്മ ചെയ്യുകയെന്ന് അംബേദ്കർ ആരംഭഘട്ടത്തിൽത്തന്നെ വ്യക്തമാക്കിയതാണ്. ഭരണഘടനയുടെ ഏഴുപതിറ്റാണ്ടു കാലത്തെ അനുഭവചരിത്രം ഇന്ന് നമ്മെ കുറെക്കൂടി കൃത്യമായി ഇക്കാര്യം പഠിപ്പിക്കുന്നുണ്ട്. സ്വത്തുടമാവ്യവസ്ഥയുമായി അഭേദ്യമായി ബന്ധപ്പെട്ട ജാതി വിഭജനത്തെ ചോദ്യം ചെയ്യുന്നത് ഹൈന്ദവ ശാസ്ത്രങ്ങൾപ്രകാരമുള്ള ചാതുർവർണ്ണ്യത്തിന്റെ വേരറുക്കൽ തന്നെയാണ്. ബ്രാഹ്മണ്യ മേധാവിത്വത്തിന് നേരേയുള്ള ഈ കടന്നാക്രമണത്തെ ഉൽപ്പാദന ബന്ധങ്ങൾക്ക് നേരെയുള്ള കടന്നാക്രമണമായി കണ്ട് ഒറ്റപ്പെടുത്താനും തമസ്കരിക്കാനുമാണ് ബൂർഷ്വാ ദേശീയ പ്രസ്ഥാനം എല്ലാകാലത്തും തയ്യാറായത്. ഇടതുപക്ഷമാകട്ടെ അംബേദ്കർ ചിന്തയുടെ വർഗ്ഗപരമായ ഉള്ളടക്കവും സാദ്ധ്യതയും മനസ്സിലാക്കുന്നതിൽ ദയനീയമായി പരാജയപ്പെടുകയും ചെയ്തു. (ഇപ്പോഴും അംബേദ്കറിനെ മനസ്സിലാക്കുന്നതിൽ നിന്ന്

യാന്ത്രികമായ സൈദ്ധാന്തികത അവർക്ക് മുന്നിൽ വിലങ്ങുതടിയാവുന്നുണ്ട്.) മനുസ്മൃതി കത്തിക്കാനെടുത്ത തീരുമാനത്തിന്റേയും അത് നടപ്പിൽ വരുത്തിയതിന്റേയും (25 ഡിസംബർ,1927) ചരിത്രപ്രാധാന്യം ഇന്ന് തമസ്കരണങ്ങൾ ഭേദിച്ച് കീഴാള ജനത കൃത്യമായി തിരിച്ചറിയുന്നുണ്ടെന്ന് അറിയേണ്ടതാണ്! അംബേദ്കർ ചിന്ത തളർച്ചയുടേയും തമസ്കരണത്തിന്റേയും ഘട്ടങ്ങളെ അതിജീവിച്ച് സമൂഹമനസ്സുകളിൽ പുനരാനയിക്കപ്പെടുകയാണ്; പുനരുജ്ജീവനം തേടുകയാണ്.

കീഴാളവിമോചനവും ജാതി ഉന്മൂലനവും ജനാധിപത്യവുമായി നേർക്ക് നേർ ബന്ധപ്പെട്ടിരിക്കുന്നുവെന്ന് അംബേദ്കർ സ്ഥാപിക്കുന്നുണ്ട്. ഇന്നത്തെ രൂപത്തിലുള്ള പാർല്ലിമെന്ററി ജനാധിപത്യം കിഴാളപ്രാതിനിധ്യത്തെ ഏതു വിധേനയും പരാജയപ്പെടുത്തുമെന്ന കാര്യം ഉറപ്പാണ്. അതിനാൽ ജാതി സമൂഹത്തിൽ ബ്രാഹ്മണ്യാധിപത്യത്തെ ഉറപ്പിക്കാൻ വേണ്ടി മാറ്റമില്ലാതെ നിലകൊള്ളുന്ന പുത്തൻ സ്ഥാപനങ്ങളായിത്തീരുന്നു പാർല്ലിമെന്റുകൾ. തന്റെ മേൽ ചാർത്തിത്തന്ന 'ഭരണഘടനാ ശിൽപ്പി' എന്ന വിശേഷണ പദത്തിനോടുള്ള വിയോജിപ്പ് സ്വതന്ത്ര ഇന്ത്യയിലെ ആദ്യത്തെ രാജ്യസഭാവേദിയിൽ വെച്ച് തന്നെ അദ്ദേഹം രൂക്ഷമായ ഭാഷയിൽ പ്രകടിപ്പിച്ചതിങ്ങനെ: 'നിർബന്ധങ്ങൾക്ക് വഴങ്ങി എനിക്ക് ആ കൃത്യം (ഭരണഘടനാ രചന) നിറവേറ്റേണ്ടി വന്നു. ഇന്നത്തെ നിലയിലുള്ള ആ നിർമ്മിതിയെ ഏറ്റവുമാദ്യം ചുട്ടു ഭസ്മമാക്കുന്നത് ഞാനായിരിക്കും' പ്രാഗ്മാറ്റിസ്റ്റ് തത്വചിന്തയുടെ സൈദ്ധാന്തികനായ ജോൺഡ്യൂയിയെ പിന്തുടർന്ന് സ്വാതന്ത്ര്യം, സമത്വം, സാഹോദര്യം എന്നീ ആശയങ്ങളോട് അങ്ങേയറ്റം പ്രതിബദ്ധത പുലർത്തുന്ന ഒരു വ്യവസ്ഥിതിക്ക് മാത്രമേ ജനാധിപത്യമെന്ന പദത്തെ അർത്ഥവത്താക്കാനും അതിനോട് നീതികാട്ടാനും കഴിയൂ അംബേദ്കർ ഉറച്ചു വിശ്വസിച്ചത് ഇതാണ്.

പൊതുജലാശയങ്ങളിലെ കുടിവെള്ളത്തിനുള്ള കീഴാളരുടെ അവകാശം സ്ഥാപിക്കൽ, തൊട്ടു കൂടായ്മക്കെതിരെ പൊതുസമൂഹത്തിന്റെ നൈതിക ബോധമുണർത്തൽ, അതിനായുള്ള പ്രചരണ പ്രക്ഷോഭങ്ങൾ സംഘടിപ്പിക്കൽ, ഭരണഘടനാ സ്ഥാപനങ്ങളിലെ കീഴാള പ്രാതിനിധ്യം ഉറപ്പാക്കൽ, തുടങ്ങിയ പരിഷ്കരണ വഴികളിലൂടെ ഒരു ജീവിതകാലം മുഴുവൻ നടത്തിയ പ്രായോഗിക പ്രവർത്തനങ്ങളും പോരാട്ടങ്ങളുമാണ് അംബേദ്കർ ചിന്തയുടെ രൂപീകരണത്തെ സ്വാധീനിച്ചത്. രണ്ടായിരം വർഷങ്ങളായി ഭാരതീയ സമൂഹത്തിൽ യാതൊരു പോറലുമേൽക്കാതെ ശിലാലിഖിതമെന്നപോലെ നിലനിന്നുപോരുന്ന

ജാതിവ്യവസ്ഥയുടെ എന്നെന്നേക്കുമുള്ള ഉന്മൂലനത്തിന് മതപരിവർത്തനം മാത്രമാണ് വഴിയെന്ന കണ്ടെത്തലിൽ ചെന്നെത്താൻ അദ്ദേഹം അവസാനം നിർബ്ബന്ധിക്കപ്പെട്ടു. ആദ്യഘട്ടത്തിൽ ഇസ്ലാമിലേക്ക് ചെറിയ തോതിൽ പരീക്ഷണമായി ആരംഭിച്ച മതം മാറ്റ പ്രവർത്തനങ്ങൾ മൂന്ന് പതിറ്റാണ്ടുകൾക്ക് ശേഷം ബുദ്ധമതത്തെ അഭയ സങ്കേതമാക്കുന്നതിൽ പരിസമാപ്തി കണ്ടെത്തി. ഏതാണ്ട് രണ്ട് ലക്ഷത്തോളം അനുകൂല മനസ്കർക്കൊപ്പം അംബേദ്കർ നടത്തിയ കീഴാളരുടെ ബുദ്ധമതപരിവർത്തനം ഭാരതത്തിന്റ വർണ്ണാശ്രമ ധർമ്മത്തിന്റെ അടിവേരറുക്കുവാൻ ആധുനികകാലത്ത് അയിത്തജാതിക്കാർ നടത്തിയ ഗംഭീരമായ പോരാട്ടത്തിന്റ ബാക്കി പത്രമായി ഇന്നും അവശേഷിക്കുന്നു. വൈദികാചാരത്തിന്റെയും വർണ്ണാശ്രമധർമ്മത്തിന്റേയും ആധാരശിലയാണ് ഇതിലൂടെ ഇളക്കി പ്രതിഷ്ഠിക്കപ്പെട്ടത്.

മൂന്ന്

അവസാനം നാമെത്തി നിൽക്കുന്നത് ചരിത്രത്തിന്റെ ആപൽക്കരമായ വഴിത്തിരിവിലാണ്. ചരിത്രം ഏവരേയും കബളിപ്പിക്കുന്ന പ്രച്ഛന്നരൂപങ്ങളിലാണ് ഇന്ന് അവതരിക്കുന്നതും നിശ്ചിത ദൗത്യം നിറവേറ്റുന്നതും. അംബേദ്കർ ഭരണാധികാരി വർഗ്ഗത്തിന്റെ പേടിസ്വപ്നമായി മാറിക്കഴിഞ്ഞുവെന്ന് ഹിന്ദുത്വ ഫാസിസ്റ്റ് ശക്തികളുടെ ഭ്രാന്തമായ നടപടികൾ ലോകത്തെ ഉറക്കെ വിളിച്ചറിയിക്കുന്നുണ്ട്. അയഥാർത്ഥമായ കെട്ടുകഥകൾ കൊണ്ട് അംബേദ്കർ ഓർമ്മയെപ്പോലും വികലീകരിക്കുകയാണ്.

അംബേദ്കറുടെ പേരിൽ ബ്രാഹ്മണ്യ ഫാസിസം പ്രചരിപ്പിക്കുന്ന അയഥാർഥ മിത്തുകളെ സമൂഹമദ്ധ്യത്തിൽ ആനന്ദ് തെൽതുമ്പ്ഡെയെപ്പോലുള്ളവർ അനാവരണം ചെയ്തിട്ടുണ്ട്. കേന്ദ്ര സർക്കാരിന്റെ ഭരണകൂടനയം, സവർണ്ണ ഹിന്ദുത്വത്തിന്റെ ദത്തു പുത്രനായി അംബേദ്കറെ അവതരിപ്പിക്കുകയാണ്. ചരിത്രം തിരുത്തലുൾക്ക് വിധേയമാക്കുകയും ആർ.എസ്.എസ്. ആചാര്യരുമായി അംബേദ്കറിന് ഒരിക്കലും ഇല്ലാതിരുന്ന ‘ഉറ്റസൗഹൃദബന്ധങ്ങൾ’ ഉൽഖനനം ചെയ്ത് ‘കണ്ടെത്തുകയും’ ചെയ്യുന്നു. രാജ്യത്താകമാനമുള്ള അംബേദ്കർ പ്രസ്ഥാന വിശ്വാസികളേയും ഉന്നത വിദ്യാഭ്യാസ മേഖലയിലെ അക്കാദമിക് പ്രതിഭകളേയും യു.എ.പി.എ. ചുമത്തി വിചാരണ കൂടാതെ തടവറയിൽ ബന്ധിതരാക്കുന്നതിന്റെ യുക്തി തിരിച്ചറിയപ്പെട്ടു കഴിഞ്ഞിട്ടുണ്ട്. ഇതിന്റെ പാപഭാരം മായ്ക്കാൻ ബ്രാഹ്മണ്യധർമ്മത്തിന്റെ മഹാബിംബമാക്കി അംബേക്കറിനെ

മാറ്റുന്നതിലൂടെ സാധിക്കുമെന്നാണ് ഭരണാധികാരി വർഗ്ഗം വ്യാമോഹിക്കുന്നത്.

നവംബർ 26-ന് കേന്ദ്രസർക്കാർ ഔദ്യോഗികമായി കൊണ്ടാടിയ 'ഭരണഘടനാ ദിനം' അക്ഷരാർത്ഥത്തിൽ ചരിത്രത്തെ തലകീഴായി അവതരിപ്പിക്കാനും അവശിഷ്ട നന്മകളെക്കൂടി ഹിന്ദുത്വ ശക്തികളുടെ കാൽക്കൽ അടിയറവെക്കാനും വേണ്ടിയാണ്. കവിതാ കൃഷ്ണൻ കൃത്യമായി ഇതിനെ നിർവ്വചിച്ചത് 'അംബേദ്കറോടുള്ള ആർ.എസ്.എസ്സിന്റെ പകവീട്ടൽ' എന്നാണ്. നേർക്ക് നേരെയല്ല, പ്രച്ഛന്നമായ രൂപങ്ങളിൽ. ബ്രാഹ്മണ്യത്ത്വത്തിന്റെ കീഴാളർക്കെതിരെയുള്ള ഇന്നത്തെ കടന്നാക്രമണ ങ്ങളുടെ സ്വഭാവം ഇതാണ്. ഒരു നൂറ്റാണ്ട് കാലത്തെ സ്വാതന്ത്ര്യ സമര പ്രസ്ഥാനത്തേയും ജാതിവ്യവസ്ഥക്കെതിരെ നടത്തിയ എണ്ണമറ്റ കീഴാളപ്രക്ഷോഭങ്ങളേയും കുറിച്ച് 'ഭരണഘടനാ ദിനം' നിശ്ശബ്ദത പാലിക്കുന്നത് വരാനിരിക്കുന്ന അപകടത്തെക്കുറിച്ചുള്ള അർത്ഥവത്തായ സൂചന നൽകുന്നുണ്ട്.

(ഡിസംബർ 2022)

‘ആൾക്കൂട്ടസാഹിത്യം’

ഒന്ന്

‘ആൾക്കൂട്ട സാഹിത്യം!’ അങ്ങനെയൊരു നൂതന ഉൽപ്പന്നത്തിന്റെ പിറവി അറിയിക്കാനും അതിനെ വായനക്കാർക്ക് പരിചയപ്പെടുത്താനും ഉദ്ദേശിച്ചുള്ള കുറിപ്പാണ് ഇത്. ഉൽപ്പന്നം രണ്ട് പതിറ്റാണ്ടായി പ്രചാരത്തിലുണ്ടെങ്കിലും അതിന്റെ യഥാർത്ഥ സ്വഭാവത്തെയും പ്രവർത്തനങ്ങളേയും കുറിച്ച് ‘സാക്ഷരകേരള’ത്തിലെ വായനക്കാർക്ക് ശരിയായ ധാരണയുണ്ടോ എന്നത് സംശയമാണ്. ആൾക്കൂട്ട സാഹിത്യത്തിന്റെ പ്രത്യേകതകളേയും സ്വാധീനതകളേയും സത്യസന്ധമായി പരിശോധിക്കേണ്ടതുണ്ട്. സൂക്ഷ്മതയോടെയും ഉത്തരവാദിത്വത്തോടെയും ധീരതയോടെയും വേണം വിമർശകന് ഇത്തരം ഒരു വിഷയത്തെ പരിശോധിക്കാൻ. ‘ആൾക്കൂട്ടസാഹിത്യ’മാണ്. സൂക്ഷിച്ചില്ലെങ്കിൽ അമ്പത്തൊന്നോ (അതാണ് കേരള ലിഞ്ചിങ്ങിന്റെ അംഗീകൃതമായ അടിസ്ഥാന മാതൃക) ശാരീരികമോ വാക്ക് നോക്ക് വെട്ടുകളേറ്റ് വാക്കുകളെല്ലാം വാർന്ന് അവസാനശ്വാസവും പോയി ഒടുങ്ങാം ഇത്തരമൊരു ഭീഷണസ്വരം അശരീരിയായി അന്തരീക്ഷത്തിൽ ഉയരുന്നത് കേൾക്കുന്നുണ്ട്. ഇത് തുറന്നു പറയാനൊരുങ്ങുന്നയാളുടെ മേൽവിലാസം നാളെ അപകീർത്തി, ഭരണകൂട അട്ടിമറി, സ്ത്രീ പീഡനം, പോക്സോ, ലഹരി വിൽപ്പന, തുടങ്ങിയ ഏതെല്ലാം വകുപ്പുകളാരോപിക്കപ്പെട്ട് പോലീസ് സ്റ്റേഷനുകളിൽ ലുക്ക് ഔട്ട്

നോട്ടീസുകളിലോ തടവറകളിലോ ഒടുങ്ങിത്തീരുമെന്ന് ആർക്കറിയാം? ഒരൊറ്റ സഹജീവിയുടേയും സഹായമോ പിന്തുണയോ പ്രതീക്ഷിക്കേണ്ടതില്ല. ആൾക്കൂട്ട വധത്തിന്റെ നേർമാതൃക ഒറ്റ നോട്ടത്തിൽ കാണത്തക്ക വിധം നമുക്ക് ചുറ്റും ചിതറിക്കിടപ്പുണ്ട്! വാക്കും നാക്കും വിലക്കപ്പെട്ടുകയോ പിഴുത് മാറ്റപ്പെട്ടുകയോ ചെയ്യവരുടെ ജീവത്തായ രചനകളുടെ കബന്ധങ്ങൾ! അവയിലൊന്നായി ഈ കുറിപ്പും ഒടുങ്ങാനുള്ള സാദ്ധ്യത കാണുന്നുണ്ട്.അതിനാൽ ഏറെ സൂക്ഷിക്കേണ്ടതുണ്ട് സൂക്ഷിച്ചാൽ 'ആൾക്കൂട്ട വധത്തിൽ' നിന്ന് രക്ഷപ്പെടാനാവുമോ? അനുരഞ്ജനത്തിന്റെ വഴിയാണ് നല്ലതെന്ന് വിവരമുള്ളവർ പലരും പറയുകയും കാണിച്ചു തരികയും ചെയ്യിട്ടുണ്ട്. കിട്ടാനുള്ള സൗഭാഗ്യങ്ങൾ ഏറെയാണ്!(നഷ്ടപ്പെടാനുള്ളത് സ്വാതന്ത്ര്യബോധം മാത്രവും!) ഇത്തരം ചിന്തകൾക്കിടയിൽ ആൾക്കൂട്ട സാഹിത്യത്തെക്കുറിച്ചുള്ള ഈ തുറന്നെഴുത്തിന്റെ ഫലം എന്താകുമെന്ന് പറയാനാവില്ല. എന്തായാലും പറയാനുള്ളത് ഇപ്പോൾ പറഞ്ഞേതീരൂ. അത്തരം ഒരവസ്ഥയിലാണ് നാമിന്നെത്തി നിൽക്കുന്നത് !

ആൾക്കൂട്ടത്തിന്റെ മിഥ്യാസങ്കൽപ്പത്തിനും വ്യാജ താൽപ്പര്യത്തിനും അനുസരിച്ച് ആൾക്കൂട്ടത്തെ നിസ്സഹായ ഇരകളായിക്കണ്ട് ആൾക്കൂട്ടത്തിന്റെ മേൽഗതിക്ക് വേണ്ടിയെന്ന നാട്യത്തിൽ രചിക്കുന്ന 'വ്യാജഭാവുകത്വ സൃഷ്ടി'യാണ് ആൾക്കൂട്ട സാഹിത്യം. തൽക്കാലം തുടക്കത്തിൽ ഇങ്ങനെയുള്ള ഒരു നിർവ്വചനം കൊണ്ട് നാം തൃപ്തിപ്പെടേണ്ടതുണ്ട്. വിഷയവ്യാപ്തിക്കനുസരിച്ച് നിർവ്വചനം ഏറെ മാറ്റങ്ങൾക്ക് ഭാവിയിൽ വിധേയമായിത്തീരുമെന്ന് കാണേണ്ടതുണ്ട്. പെട്ടെന്ന് പൊട്ടിമുളയ്ക്കുകയും അതിവേഗത്തിൽ പടർന്ന് പന്തലിക്കുകയും ചെയ്യുന്ന ഒരു ജൈവ(!) പ്രതിഭാസത്തെ മുൻവിധികളില്ലാതെ സമീപിക്കേണ്ട ബാദ്ധ്യത നമുക്കുണ്ട്.

ആൾക്കൂട്ടങ്ങൾ മലയാളസാഹിത്യത്തെ സ്വാധീനിക്കുന്ന നിർണ്ണായക ശക്തിയാവുന്നത് ഒരു പുതിയ കാര്യമല്ല. കഥയായും നോവലായും കവിതയായും ആൾക്കൂട്ടങ്ങൾ മലയാളത്തിൽ പലകാലങ്ങളിലുണ്ടായ നിരവധി രചനകൾക്ക് കാരണമാകുകയോ വിഷയമാവുകയോ ചെയ്യിട്ടുണ്ട്. അവയെക്കുറിച്ചുള്ള കൃത്യമായ ബോദ്ധ്യമുണ്ടാവുന്നിടത്ത് നിന്നാണ് ഇങ്ങനെയൊരു കുറിപ്പ് ആരംഭിക്കുന്നത്. ആൾക്കൂട്ടമെന്ന പ്രതിഭാസത്തെ ചരിത്രപരവും സാമൂഹികവും രാഷ്ട്രീയവുമായ നിരവധി വീക്ഷണകോണുകളിലൂടെ വിശകലനം ചെയ്യാനാണ് 'ആൾക്കൂട്ടം' മുതലുള്ള ആദ്യകാല കൃതികളിൽ നോവലിസ്റ്റായ ആനന്ദ് ശ്രമിച്ചത്.

ദാർശനികമായ തന്റെ പിൽക്കാല അന്വേഷണങ്ങൾക്ക് തുടക്കം കുറിക്കാൻ ആനന്ദ് ആൾക്കൂട്ടങ്ങൾക്കിടയിലെ പരസ്പര ബന്ധങ്ങളുടെ ഊഷ്മളതകളേയും അഭാവങ്ങളേയും സൂക്ഷ്മമായി പിന്തുടർന്നു. ആൾക്കൂട്ട ആരവങ്ങളുടെ ഉയർച്ചതാഴ്ച്ചകൾ എൻ.എൻ.കക്കാടിന്റേയും അയ്യപ്പപ്പണിക്കരുടേയും ആറ്റൂരിന്റേയും മറ്റും കവിതകളുടെ ജീവ താളമായി. കാക്കനാടന്റേയും വി.കെ.എന്നിന്റേയും എം.മുകുന്ദന്റേയും മാധവിക്കുട്ടിയുടേയും മറ്റും കഥകൾക്ക് ആൾക്കൂട്ട രൂപീകരണവും ശിഥിലീകരണവും ഉള്ളടക്കവും രൂപവുമായി. ഇതെല്ലാം ഇരുപതാം നൂറ്റാണ്ടിന്റെ ആറും ഏഴും പതിറ്റാണ്ടുകളിൽത്തന്നെ സാഹിത്യ ഭൂപടത്തിൽ അടയാളപ്പെടുത്തപ്പെട്ട യഥാർത്ഥ വസ്തുതകളാണ്; സംശയമില്ല.

രണ്ട്

ഏതാണ്ട് ഒരു പതിറ്റാണ്ട് മുമ്പ് വർഗ്ഗഭാവുകത്വത്തേയും വ്യാജഭാവുകത്വത്തെയും തമ്മിൽ വേർതിരിക്കുന്നതിനെക്കുറിച്ചുള്ള ഒരു പ്രബന്ധത്തിലെ ചർച്ചക്കിടയിൽ ആലോചന ചെന്നു പതിയാതിരുന്ന ഒരു മേഖലയെയാണ് 'ആൾക്കൂട്ട സാഹിത്യ'മെന്ന പേരിൽ ഇപ്പോൾ വ്യവഹരിക്കുന്നത്. വർഗ്ഗഭാവുകത്വത്തെ കേന്ദ്രമാക്കിയുള്ള ആലോചനയിൽ അനുബന്ധ വിഷയംമാത്രമായിരുന്ന 'വ്യാജഭാവുകത്വം' ഇന്ന് ആൾക്കൂട്ടസാഹിത്യം എന്ന പുതിയൊരു സങ്കൽപ്പനത്താൽ നിബന്ധിക്കപ്പെടുകയാണ്. വർത്തമാനകാലത്തിന്റെ ദുരന്തപൂർണ്ണവും അങ്ങേയറ്റം അശ്ലീല മാനങ്ങളുള്ളതുമായ ഏടുകൾ ഇന്ന് രചിക്കപ്പെടുന്നത് 'ആൾക്കൂട്ട സാഹിത്യ'ത്തിന്റെ പേരിലാണെന്നതാണ് ഇന്നത്തെ ദയനീയ പരമാർത്ഥം. 'ആൾക്കൂട്ട സാഹിത്യ' തൂലിക, ചരിത്രത്തേയും രാഷ്ട്രീയത്തേയും മാനവ സംസ്കൃതിയേയുമെല്ലാം കൈയൊഴിയുന്നതോടുകൂടി എഴുത്തിന്റെ ലോകത്ത് പിന്നെ ബാക്കിയാവുന്നത് ഹൃദയവും മസ്തിഷ്കവും മുഖവും നഷ്ടപ്പെട്ട 'ശാസ്ത്ര സാങ്കേതിക യുഗ'ത്തിലെ (ആഗോളീകൃതകാലമെന്ന് മനസ്സിലാക്കുക!) യന്ത്ര മനുഷ്യനാണ്. ആട്ടിൻ പറ്റങ്ങളെപ്പോലെ തെളിക്കാനും അടിമക്കൂട്ടങ്ങളാക്കി അനുസരിപ്പിക്കാനും കഴിയുന്ന സംവേദനശേഷി നഷ്ടപ്പെട്ട ആഗോളീകൃതകാലത്തെ വെറും യന്ത്രമനുഷ്യക്കൂട്ടങ്ങളാണ് 'ആൾക്കൂട്ട സാഹിത്യ'ത്തിന്റെ പ്രായോജകർ (Sponsors). ഇത് ഒട്ടും യാദൃച്ഛികമായി സംഭവിക്കുന്നതല്ല. പ്രായോജകരും (സാഹിത്യ ദല്ലാളുകൾ?) സാഹിത്യ വിപണിയുടെ സിംഹലാഭവും പങ്കിട്ടെടുക്കുന്ന പ്രസാധകരും കൂടിച്ചേർന്ന് രൂപീകൃതമാകുന്നതാണ് 'ആൾക്കൂട്ട സാഹിത്യ' വിപണിയുടെ ഗുണഭോക്താക്കൾ.

അക്ഷരജ്ഞാനം മാത്രം അവകാശപ്പെടാൻ കഴിയുന്ന പാവം വായനക്കാർ നിസ്സഹായ ഇരകളുടെ കീഴാളസ്ഥാനത്താണ്!

ആൾക്കൂട്ടസാഹിത്യ വിപണിയിലെ മിക്ക രചനകളുടേയും നിർമ്മാണവും അത് കൊയ്തെടുക്കുന്ന ലാഭവും നേടുന്ന ബഹുമതി പുരസ്കാരങ്ങളുമെല്ലാം മുൻകൂട്ടി നിശ്ചയിച്ചുറച്ചുള്ള ഒരു പദ്ധതി പ്രകാരം ആസൂത്രണം ചെയ്ത് നടപ്പാക്കുകയാണെന്ന് വേണം ധരിക്കാൻ.

സാഹിത്യ കമ്പോളത്തിൽ വൻ മുതൽ മുടക്കുകളുള്ള കൂറ്റൻ കോർപ്പറേറ്റ് കമ്പനികൾ ലോകത്തെങ്ങുമെന്ന പോലെ ഇന്ത്യയിലും (അതിന്റെ ഭാഗമായ സാക്ഷര കേരളത്തിലും!) സാഹിത്യ ഭാവുകത്വത്തെ നിർണ്ണയിക്കുന്ന പ്രബലശക്തിയായിത്തീർന്നുകഴിഞ്ഞിട്ടുണ്ട്. സാഹിത്യത്തിന്റെ 'നൈസർഗ്ഗികത'യേയും 'സർഗ്ഗാത്മകത'യേയും കുറിച്ചുള്ള ഭാഷണങ്ങളുടെ സാംഗത്യത്തെ വായനക്കാർ പോലും വില വെക്കാതായിത്തീർന്നിട്ടുണ്ട്; അവ തീർത്തും അപ്രസക്തമാണെന്ന കാര്യത്തിൽ നമ്മുടെ സാമൂഹിക രാഷ്ട്രീയ സാംസ്കാരിക മേഖലകളിൽ വിപരീത പക്ഷത്ത് പ്രവർത്തിക്കുന്നവർക്ക് പോലും ഒരൊറ്റ അഭിപ്രായമാണ്.സാഹിത്യ വിപണിയിലെ വൻതോതിലുള്ള വ്യാജ മുതൽ മുടക്കിന്റേയും കൊള്ള ലാഭത്തിന്റേയും 'ദിവ്യപരിവേഷം' എഴുത്തുകാരേയും വായനക്കാരേയും മാത്രമല്ല ഇടത് വലത് ഭരണകൂടങ്ങളേയും ഏറെ ഭ്രമാത്മകമായ ഒരു മാനസികാവസ്ഥയിൽ കൊണ്ടു ചെന്നെത്തിച്ചിട്ടുണ്ട്. അക്കാദമികളുടേയും പാഠപുസ്തക നിർമ്മാതാക്കളുടേയും ബഹുവിധ പുരസ്കാര ദാതാക്കളുടേയും പ്രയത്നത്തെ കമ്പോളത്തിലെ വിജയ പരാജയങ്ങൾ എളുപ്പമുള്ളതാക്കിത്തീർത്തിരിക്കുന്നു. ആൾക്കൂട്ട ഭാവുകത്വത്തെ സഫലീകരിക്കുകയും വിമർശനബുദ്ധികൂടാതെ സ്വീകരിക്കുകയും കൊണ്ടാടുകയും ചെയ്യുക ഏവർക്കും തൃപ്തികരമായ വിധം വ്യവസ്ഥാപിത മൂലധനത്തിന്റെ കൂലിയെഴുത്തുകാരായി പ്രവർത്തിക്കുകയാകുന്നു ഇന്നത്തെ 'അഭികാമ്യ'മായ സാഹിത്യ പ്രവർത്തനം.

ആധുനിക സങ്കൽപ്പങ്ങളിലുള്ള ആൾക്കൂട്ടങ്ങളുടെ രൂപീകരണത്തെ സംശയത്തോടെയും വിമർശനബുദ്ധിയോടെയും വിലയിരുത്തലിന് വിധേയമാക്കിയ മുൻഗാമികളുടെ വഴികൾ വായനക്കാർക്കും സാഹിത്യ വിദ്യാർത്ഥികൾക്കും ഇന്ന് ചരിത്രവസ്തുത പോലും അല്ലാതായി മാറിക്കഴിഞ്ഞിട്ടുണ്ട്. ഒരർത്ഥത്തിൽ സാഹിത്യത്തിന്റെ പുരോഗമനാത്മകതയിൽ നിന്നും പുരോഗമന സാഹിത്യപ്രസ്ഥാനത്തിൽ നിന്ന് തന്നെയുമുള്ള പൂർണ്ണ വിച്ഛേദമായി ആൾക്കൂട്ട സാഹിത്യത്തെ

നിർണ്ണയിക്കാൻ നിർബന്ധിക്കപ്പെടുകയാണ്. കോർപ്പറേറ്റ് മൂലധന ദാസ്യത്തിനും കമ്പോള ലാഭ ചിന്തക്കും കീഴടങ്ങി ഒരൊറ്റ അച്ചിൽ നിശ്ചിത ചേരുവകൾ കൃത്യമായ അനുപാതമനുസരിച്ച് കൂട്ടിച്ചേർത്ത് വ്യത്യസ്ത പേരുകളിൽ വാർത്തെടുക്കുന്ന യാന്ത്രിക ഭാവനയുടെ ഉൽപ്പന്നങ്ങൾ നമ്മുടെ ചിന്തയെ ഒട്ടും വിഭ്രമിപ്പിക്കേണ്ടതില്ല!

ജനകീയ സാഹിത്യത്തേയും ആൾക്കൂട്ടസാഹിത്യത്തേയും വേറിട്ട് കാണേണ്ടത് അനിവാര്യമായിത്തീർന്നിരിക്കുന്നു! ജനങ്ങൾക്ക് ആവശ്യമായത് എന്നും ജനം ആഗ്രഹിക്കുന്നത് എന്നുമുള്ള അർത്ഥത്തിൽ ഇവയെ ഒന്നാക്കി കാണിക്കുന്നതിന്റെ ദുഷ്ടലാക്കിന് പിന്നിൽ കണിശമായ വിപണി താൽപ്പര്യമുണ്ട്. ചരിത്രവിരുദ്ധമായ കാഴ്ചപ്പാടാണ് ഇത്. ആൾക്കൂട്ടസാഹിത്യത്തിന്റെ താൽക്കാലിക ലക്ഷ്യങ്ങളും വിപണി താൽപ്പര്യങ്ങളും ഒരു വിധത്തിലും ജനകീയ സാഹിത്യത്തിന്റെ പ്രത്യയസംഹിതകളുമായും വിമോചനലക്ഷ്യങ്ങളുമായും താരതമ്യപ്പെടുത്താവുന്നതല്ല.കഴിഞ്ഞ നൂറ്റാണ്ടിന്റെ മൂന്നും നാലും ദശാബ്ദങ്ങളിൽ ലോകമെങ്ങും സ്വാധീനശക്തിയായി വളർന്നു വന്ന ജനകീയ സാഹിത്യത്തിന്റെ സന്ദേശം ജീവത്സാഹിത്യമെന്നും പുരോഗമന സാഹിത്യമെന്നും പേരുകളിൽ മലയാളത്തിലും പ്രചരിക്കയുണ്ടായി. ജനജീവിതങ്ങളിൽ ആഴത്തിൽ വേരോട്ടമുള്ള ഈ സാഹിത്യ കലാ പ്രസ്ഥാനങ്ങളുടെ തുടർച്ചയും നേരവകാശിയുമാണ് ഇന്നത്തെ ആൾക്കൂട്ടസാഹിത്യ രചനകൾ എന്നാണ് ഭാവിക്കുന്നത്. നവലിബറൽ മൂല്യബോധത്തിന്റെ സാധൂകരണമായും ആഗോളീകൃത സാംസ്കാരിക കമ്പോളത്തിന്റെ ഉപോൽപ്പന്നമായും സ്വധർമ്മം നിർവ്വഹിക്കുന്ന ഇന്നത്തെ ആൾക്കൂട്ട സാഹിത്യ കൃതികൾ ഒരു പ്രകാരത്തിലും ജനകീയസാഹിത്യവുമായി ഒരു താരതമ്യവും ഒരിക്കലും അർഹിക്കുന്നില്ല.

മൂന്ന്

ചരിത്രത്തിൽ ഒന്നും ശൂന്യതയിൽ നിന്ന് പിറവിയെടുക്കുന്നില്ല. ശൂന്യതയിൽ മറയുന്നുമില്ല. ആൾക്കൂട്ടസാഹിത്യത്തിന്റെ മലയാളത്തിലെ വേരുകൾ ചികഞ്ഞന്വേഷിച്ചാൽ ഒരു പക്ഷെ അന്വേഷകൻ എത്തിച്ചേരുന്നത് മദ്ധ്യകാല ചമ്പൂവർണ്ണനകളുടേയും വികല മണിപ്രവാള രചനകളുടേയും പത്തൊൻപത് ഇരുപത് (പ്രാരംഭത്തിൽ) നൂറ്റാണ്ട് കാലത്ത് കുമിളുകളായി പൊട്ടി മുളച്ച് ദുർമ്മേദസ്സുകളായി ഒടുങ്ങിപ്പോയ 'ലക്ഷണമൊത്ത' മഹാകാവ്യങ്ങളുടേയും ഒറ്റശ്ലോക വർണ്ണനകളുടേയും പാരമ്പര്യത്തിലാണ്. വ്യവസ്ഥാനുകൂലമായ വിധത്തിൽ വാക്കുകളേയും

വർണ്ണനകളേയും കൃത്യമായ അനുപാതത്തിൽ കൂട്ടിച്ചേർത്ത് ഉണ്ടാക്കി യെടുത്ത പോയ കാലഘട്ടത്തിലെ രചനകൾ സംസ്കൃതത്തെയാണ് ഉപജീവിച്ചതെങ്കിൽ ഇന്ന് ആൾക്കൂട്ട സാഹിത്യത്തിന്റെ വിജയകര മായ ഉൽപ്പന്നങ്ങളായി വിപണിയിൽ എളുപ്പം വിറ്റഴിക്കപ്പെടുന്ന ഗദ്യ പദ്യവൈകൃതങ്ങൾ ചിട്ടയൊപ്പിച്ച് അതേപടി പിന്തുടരുന്നത് ശരാശരി പാശ്ചാത്യ മാതൃകകളുടെ യാന്ത്രിക ചേരുവകളേയും ഭ്രമ കൽപ്പനകളേ യുമാണ്. പഴയ ലക്ഷണശാസ്ത്രങ്ങളുടെ സ്ഥാനത്ത് ഇന്നത്തെ ആൾക്കൂട്ട സാഹിത്യ രചയിതാവിനെ തുണയ്ക്കുന്നത് ഇന്റർനെറ്റിനെ ആശ്രയിച്ചുള്ള യാന്ത്രിക ഭാവനയുടേയും അരാഷ്ട്രീയവും അസ്ഥിരവുമായ കാഴ്ചപ്പാടി ന്റേയും ദിശാബോധം നഷ്ടപ്പെട്ട എഴുത്തിന്റേയും യുക്തിയാണെന്ന് വരാം. മലയാളത്തിൽ പ്രസിദ്ധീകരിക്കപ്പെടുകയും വായിക്കപ്പെടുകയും ചെയ്യുന്നതിനോടോപ്പം ഇത്തരം ആൾക്കൂട്ട രചനകൾ വൻകിട കോർ പ്പറേറ്റ് പ്രസാധകർ ഇംഗ്ലീഷിൽ (മറ്റ് ഏതെല്ലാം ഭാഷകളിൽ!) പരിഭാ ഷപ്പെടുത്തി പ്രസിദ്ധീകരിക്കാനൊരുങ്ങുന്നതിന്റെ യുക്തി സാക്ഷര കേരളത്തിന് എളുപ്പത്തിൽ മനസ്സിലായെന്ന് വരില്ല. പ്രബുദ്ധമായ ഒരു സമൂഹമനസ്സിന് ഇത്തരം ഇൻസ്റ്റന്റ് തർജ്ജിമകളുടെ വിജയരഹസ്യം മനസ്സിലാക്കാൻ വിഷമമില്ല.

ആഗോളീകരണം കോർപ്പറേറ്റ് മുദ്രകളുടെ (ബ്രാന്റുകളുടെ) സർവ്വാ ധിപത്യത്തിന്റെ കാലമാണ്. ഭക്ഷണം,കൃഷി, വാർത്താ വിനിമയം, വിദ്യാഭ്യാസം, ശാസ്ത്രം, ഗതാഗതം, ഫാഷൻ, തുടങ്ങിയ നാനാ ജീവി തമേഖലകളിൽ ആധിപത്യ മുദ്രകൾ പതിപ്പിച്ച് കടന്നുകയറ്റം നടത്തുന്ന കോർപ്പറേറ്റ് കമ്പനികൾക്ക് മുന്നിൽ സംസ്കാര വ്യവസായം അനന്തസാ ദ്ധ്യതയാണ് തുറന്നിട്ടു കൊടുത്തിരിക്കുന്നത്. സംഗീതം, നൃത്തം, സിനിമ, എന്നിവയോടൊപ്പം ഫെയ്സ് ബുക്ക്, യുട്യൂബ്, വാട്സ്ആപ്പ് തുടങ്ങിയ നവസാമൂഹ്യമാദ്ധ്യമങ്ങളും കോർപ്പറേറ്റ് സംസ്കാര കമ്പോളത്തിന്റെ ലാഭത്തെ ഒരു പരിധികളുമില്ലാത്ത വിധം പെരുപ്പിച്ചിരിക്കുന്നു. ഇവയുടെ അടിക്കുറിപ്പായി നാളെ എഴുതിത്തള്ളാൻ ഇടയാക്കുന്ന വിധത്തിലാണ് ആൾക്കൂട്ട സാഹിത്യം കമ്പോള വിജയങ്ങളായി ആഘോഷിക്കപ്പെട്ടു കൊണ്ടിരിക്കുന്നത്.

ഭാവനാത്മകവും നൈസർഗ്ഗികവുമായ എഴുത്തിന്റെ സാദ്ധ്യതകളെ താൽക്കാലിക അംഗീകാരങ്ങൾക്കും പദവിക്കും പെരുമക്കും വേണ്ടി കൈയൊഴിഞ്ഞ് വ്യവസ്ഥാപിത ആധിപത്യ ശക്തികൾക്ക് മുമ്പിൽ കീഴടങ്ങി എന്ത് വിടുപണിക്കും സന്നദ്ധരാവുന്നവർ 'ആൾക്കൂട്ട മഹാ സാഹിത്യകാര'ന്മാരായി സ്വയം വിരാജിക്കുകയാണ് ! സ്വന്തം

എഴുത്തിന്റെ സ്വാതന്ത്ര്യ ബോധത്തേയും ആത്മാവിനെത്തന്നെയും പണയപ്പെടുത്തി വിജയ ലഹരി ആഘോഷിക്കുന്ന നവീനകാലത്തെ ഈ നാണം കെട്ട അടിമക്കൂട്ടങ്ങൾ അവരുടെ യജമാനൻമാരുടെ ഉച്ഛിഷ്ടങ്ങൾക്കായി അധികാരപ്പടിക്കൽ കാത്ത് കെട്ടിക്കിടക്കുന്ന കാഴ്ച്ച കേരളത്തിലെ പ്രബുദ്ധ മനസ്സുകളിൽ സഹതാപമേ ഉണർത്തുകയുള്ളൂ.

(ആഗസ്റ്റ് 2023)

‘മൃതി’യിൽ നിന്ന് ‘സ്മൃതി’യിലേക്ക്

ഇരയായി ഉടുപ്പിട്ടുള്ള ഇരപിടുത്തം കൊടുങ്ങല്ലൂരിൽ നിന്ന് തന്നെയാണ് ആരംഭിക്കേണ്ടത്. പ്രാചീന കേരളത്തിന്റെ ഈ വ്യാപാര- സാംസ്കാരിക കേന്ദ്രത്തിൽ എം.എൻ.വിജയന് സ്മൃതിമണ്ഡപം ഒരുക്കുന്നതിന്റെ കേളികൊട്ട് തുടങ്ങി. അധികാര ധാർഷ്ട്യത്തിന്റെ അപ്പോസ്തലന്മാർ നാട് വാഴുമ്പോൾ വിജയൻ മാഷുടെ വാക്കുകളെ മാത്രമല്ല,മാഷുടെ ഓർമ്മകളേയും മൊത്തമായി വിലക്കെടുക്കാൻ കഴിയുമെന്ന് സ്ഥാപിച്ചെടുക്കാൻ എളുപ്പമുണ്ട്. മാഷുടെ വാക്കുകൾ തന്നെയാണ് ഇന്ന് സംഭവിക്കുന്നതിലേക്കും വെളിച്ചം വീശാനുതകുന്നത്.

“ഇരയായി ഉടുപ്പിട്ട് അഭിനയിക്കുകയാണ് ഇര പിടിക്കാനുള്ള പുതിയ തന്ത്രം. ആലയിൽ കടക്കാനും ആടുകളെ നയിക്കാനും ഇതും ഒരു തന്ത്രമാണ് എന്ന് പഴമക്കാരും അറിഞ്ഞിരുന്നു. ആദാമിന്റെ സന്തതി പരമ്പരയിൽ ഈ തന്ത്രം ഇപ്പോഴും ഫലിക്കാതിരിക്കുന്നില്ല. അതുകൊണ്ട് ഒരാശയത്തെ നശിപ്പിക്കാൻ അതേ ഇനത്തിൽപ്പെട്ട സൂക്ഷ്മജീവികളെ നിയോഗിക്കാം. രാസായുധങ്ങളേക്കാൾ മെച്ചം ജൈവായുധങ്ങളാണ്.”

ജൈവായുധ പ്രയോഗത്തിന് പറ്റിയ ഇടമായി നമ്മുടെ ഭാഷയുടേയും ദേശത്തിന്റേയും മണ്ണ് അതി വേഗം പാകപ്പെട്ടുവരികയാണ്. അതിനെ അങ്ങിനെ പാകപ്പെടുത്തിയെടുത്തതിന് നേതൃത്വം കൊടുത്തവരോ അവരുടെ അനുയായികളോ ആണ് ഇപ്പോൾ കൊടുങ്ങല്ലൂരിൽ

വിജയൻ മാഷിന്റെ സ്മൃതി യാത്ര നടത്തുന്നത്.ഇന്നലെ വരെ 'എംഎൻ. വിജയൻ മൃതി' യെ ആഘോഷിച്ചവർക്ക് മൃതിയിൽ നിന്ന് സ്മൃതിയിലേക്ക് നടന്നെത്താൻ മുകളിൽ നിന്നുള്ള ഒരു കൽപ്പന മാത്രം മതിയാകും. അക്ഷരത്തിന്റെ പേരിൽ ഒരു കാലത്ത് ഊറ്റം കൊണ്ട നാടിന് ഇന്ന് അതേ അക്ഷരങ്ങളുടെ പേരിൽ ലജ്ജിച്ച് തല താഴ്ത്താം!

സാമ്രാജ്യത്വ രാഷ്ട്രീയത്തേയും കോർപ്പറേറ്റ് മൂലധനത്തേയും വരവേൽക്കാൻ സന്നദ്ധമായ നാട് സ്വയം ഇരയായി അഭിനയിക്കാനും ഇരപിടിക്കാനും സന്നദ്ധരായി വേട്ടക്കിറങ്ങിയതാണ് കൊടുങ്ങല്ലൂരിൽ കണ്ടത്. ആശയങ്ങൾക്കും കർമ്മങ്ങൾക്കും വിലക്ക് കൽപ്പിക്കുന്ന നാട് വിജയൻ മാഷെക്കുറിച്ചുള്ള ഓർമ്മകളെപ്പോലും ഭയപ്പെടുകയാണെന്ന് മുമ്പേ ബോദ്ധ്യപ്പെടുത്തിയിട്ടുണ്ട്. അതിന്റെ പൊടിപ്പുകൾ പോലും ബാക്കിയാവുന്നത് ആപൽക്കരമാണെന്ന് അറിയാവുന്നവരാണ് വ്യാജ ഇടതുപക്ഷത്തുള്ള കേരളത്തിന്റെ നാടുവാഴികൾ. അവരുടെ കാർമ്മികത്വത്തിൽ നാടും നാടിനെക്കുറിച്ചുള്ള നല്ല സങ്കൽപ്പങ്ങളുമെല്ലാം ഏഴുവർഷം കൊണ്ട് കുളം തോണ്ടിക്കഴിഞ്ഞു. ഇനി എന്തുണ്ട് ബാക്കി? ഇരപിടിയന്മാരുടെ ഇഷ്ടഭോജ്യമാണ് ഓർമ്മയുടെ പൊടിപ്പുകൾ. കുറിച്ചുവെച്ച നാളും മാസവും വർഷവും കണക്കാക്കി ഇതാ കൊടുങ്ങല്ലൂരിലും ഓർമ്മകളുടെ വേട്ട ആരംഭിക്കുന്നതിന്റെ അറിയിപ്പാണ് എം.എൻ. വിജയൻ സ്മൃതിയാത്ര!

ചതികൾക്കും വഞ്ചനകൾക്കുമിടയിൽ നെഞ്ചുരുകി ജീവിക്കുമ്പോഴും മനുഷ്യനെ സംബന്ധിക്കുന്നതെല്ലാം മഹത്തരമാണെന്ന് ഉറക്കെ പറയാനും ആഴത്തിൽ വിശ്വസിക്കാനും പഠിപ്പിച്ച ഒരാളെ ഞങ്ങൾക്കറിയാം. അങ്ങനെ ഒരേയൊരാളെ മാത്രമേ ഞങ്ങൾക്കറിയുകയുള്ളൂ- അത് വിജയൻ മാഷാണ്. വിജയൻ മാഷ് ഇല്ലാത്ത ഒക്ടോബർ മാസം ഞങ്ങൾക്ക് സങ്കൽപ്പിക്കാനാവില്ല. മാഷ് മൂന്ന് പതിറ്റാണ്ടിലധികം ജീവിച്ച അതേ വീടിന്റെ പരിസരത്തിൽ വഴി തെറ്റി എത്തിപ്പെടാനിടയായ ഒരെഴുത്തുകാരന്റെ മതിഭ്രമം സുകമാർ അം ടലൂരിന്റെ ആത്മകഥാപരമായ അവസാന രചനയിൽ കാണാം. (ധർമ്മപട്ടണം നോവൽ). മാഷെ ചിന്ത കൊണ്ടും ഹൃദയം കൊണ്ടും അറിഞ്ഞവർക്ക് സുകുമാറിന്റെ കഥാപാത്രം എത്തിപ്പെടുന്ന അനാഥമായ അവസ്ഥയെ മനസ്സിലാക്കാനാവും. ധർമ്മടത്തിന്റെ മണ്ണിൽ എവിടെ കുഴിച്ചാലും ഉറവകൾ കണ്ടെത്താം.വിജയൻ മാഷുടെ വാക്കുകളിലും പ്രവൃത്തികളിലും ഉറവ വറ്റാത്ത കാരുണ്യം അനാഥമനസ്സുകളെ ഇന്നും കാത്തിരിക്കുന്നുണ്ട്. കാലം എത്ര നിർദ്ദയമായി മുറിവേൽപ്പിച്ചാലും, പകരം കാരുണ്യത്തിന്റെ

ഉറവകൾ മാത്രം കിനിയുന്ന ചിന്തയുടെ ഉടമ-വിജയൻ മാഷെ നാം കണ്ടെത്തുന്നതും തിരിച്ചറിയുന്നതും അങ്ങനെയാണ്. കൈയൂക്ക് കാട്ടി ഭയപ്പെടുത്താനാവാത്തതും പണപ്പെരുമയുടെ മുന്നിൽ കീഴടങ്ങാത്തതു മായ ഒരു പൈതൃകം വിജയൻ മാഷ് എന്നേക്കുമായി ബാക്കിവെച്ചിട്ടുണ്ട്. ശിരസ്സ് കുനിയാത്ത ധീരതയുടെയും ആർക്കും കവർന്നെടുക്കാനാവാത്ത ആർദ്രതയുടേയും പൈതൃകമാണത്.വിജയൻ മാഷെ ഒരൊറ്റ ദിവസം കൊണ്ട് കട്ടെടുക്കാമെന്ന് അഹങ്കരിക്കുന്നവർക്ക് താങ്ങാനാവുന്നതല്ല ധീരതയുടെയും ആർദ്രതയുടേയും 'പൈതൃക' ഭാരം.

എം.എൻ.വിജയൻ മാഷ് സ്വീകാര്യനാകുന്നതിന് മുമ്പ് ഇവിടെ ആരെല്ലാം സ്വീകാര്യരായിത്തീർന്നെന്ന് അറിയുന്നവർക്ക് ഇതിൽ അത്ഭുതം തോന്നില്ല. എം.വി.രാഘവനേയും നൃപൻചക്രവർത്തിയേയും കെ ആർ ഗൗരിയമ്മയേയും രോഗാവസ്ഥയിൽ കിടക്കുമ്പോഴാണ് സ്വീകാര്യതയുടെ പട്ടം അണിയിച്ചത്. എൻ.സി.ശേഖറിനേയും ചങ്ങ മ്പുഴ കൃഷ്ണപിള്ളയേയും സി.ജെ.തോമസിനേയും എം.പി.പോളിനേയും കേസരിയേയും മുണ്ടശ്ശേരി മാഷെയും ഇടശ്ശേരിയേയുമെല്ലാം മുൻ തലമുറയിലെ കമ്യൂണിസ്റ്റ് പതാക വാഹകരായാണ് പാവം പുത്തൻ കൂറ്റുകാരെ പറഞ്ഞു പഠിപ്പിച്ചിരിക്കുന്നത്. ജീവിച്ചിരുന്ന കാലത്ത് ബൂർ ഷ്വാപക്ഷത്ത് നിലയുറപ്പിച്ച ആളുകളായി ബ്രാന്റ് ചെയ്യപ്പെട്ടവരാണ് ഇവർ. തകഴിയേയും ദേവിനേയും ബഷീറിനെയും അരാജകവാദികളാ യും എഴുതിത്തള്ളി.

ഉപരിപ്ലവതയുടെ വിഴുപ്പ് ഭാണ്ഡം ഒരുകാലത്ത് പേറിനടന്നവ രാണ് നമ്മളും. കൺമുന്നിൽ അരങ്ങേറുന്ന ചരിത്രത്തിൽ നിന്ന് പാഠം ഉൾക്കൊണ്ട് ഒരു ജീവിത കാലം മുഴുവൻ പേറി നടന്ന വിഴുപ്പുകളും വിഴുപ്പലക്കലുകളും ഉപേക്ഷിക്കാൻ കാലമായെന്ന് അനുഭവങ്ങൾ നമ്മെ പഠിപ്പിക്കുന്നുണ്ട്.അക്ഷരം കൂട്ടിവായിക്കാൻ പോലും അറിയാത്തവർ അക്ഷരത്തിന്റെ വിധാതാക്കളാവേണ്ടതില്ല എന്ന് അധികാരസ്ഥാന ത്തിരിക്കുന്നവരോ ട് നേർക്ക് നേരെ പറയാൻ പ്രാപ്തിനേടുകയാണ് കാര്യം. കമ്യൂണിസ്റ്റ് സത്യസന്ധത അവിടെ നിന്നാണ് ആരംഭിക്കേണ്ടത്.

www.ingramcontent.com/pod-product-compliance
Ingram Content Group UK Ltd.
Pitfield, Milton Keynes, MK11 3LW, UK
UKHW041827031026
15587UKWH00002B/626

9 789355 176615